எட்வர்ட் செய்த்

1935 நவம்பர் 1 ஆம் தேதி ஜெரூசலத்தில் பிறந்த எட்வர்ட் செய்த் இருபதாம் நூற்றாண்டு சிந்தனையாளர்களில் முக்கிய மானவராக கருதப்படுபவர்.

கிழக்கு மற்றும் மேற்கு என கட்டைமக்கப்பட்டுள்ளன புனைவுகளை தகர்ப்பதற்காகவே தனது நூல்கள் எழுதப் பட்டுள்ளன எனக் கூறும் செய்த், எப்போதும் எல்லா வற்றையும் விமர்சனக் கண்ணோட்டத்தோடு பார்ப்பதே ஒரு அறிவுஜீவியின் வாழ்வின் முக்கிய அம்சம் என குறிப்பிடுகிறார்.

இஸ்ரேலின் அடக்குமுறைகளுக்கு எதிராகவும், பாலஸ்தீன மக்களின் நெடுந்துயருக்கும் விடுதலைக்குமான போராட் டத்திற்கு ஆதரவாகவும் தன் வாழ்நாள் முழுவதும் இடை விடாது போராடிய செய்த், 25 செப்டம்பர் 2003 இல் மரண மடைந்தார்.

பாலஸ்தீன்

எட்வர்ட் செய்த்

தமிழில்: எஸ். அர்ஷியா

எதிர்
வெளியீடு

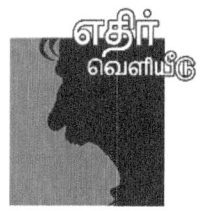

பாலஸ்தீன்
எட்வர்ட் செய்த்
தமிழில்: எஸ். அர்ஷியா

முதல் பதிப்பு: டிசம்பர் 2014
எதிர்வெளியீடு, 96, நியூ ஸ்கீம் ரோடு, பொள்ளாச்சி - 642002.
தொலைபேசி: 04259 - 226012, 98650 05084.
வடிவமைப்பு: ரவிந்திரன்

விலை: ₹ 100

Palestine
Edward Said
Translated by S. Arshiya

Copy Right: Ethir Veliyedu.
First Edition: December 2014
Published by Ethir Veliyedu, 96, New Scheme Road. Pollachi - 2.
Phone: 04259 - 226012, 98650 05084.
Email: ethirveliyedu@gmail.com
www.ethirveliyeedu.com

All rights reserved. No part of this book may be reprinted or reproduced or utilised in any form or by any electronic, mechanical or other means, now known or hereafter invented, including photocoping and recording, or in any information storage or retrieval system, without permission in writing from the Publisher.

எஸ். அர்ஷியா

சையத் உசேன் பாஷா (1959), மகள் பெயரில் எழுதும் தந்தை. தோட்டக்கலை சார் தொழிலை உணவுக்கும் சிறு கதைகள், நாவல்கள், கட்டுரைகளை உயர்வுக்கும் செய்பவர். நான்கு நாவல்களும், ஒரு கட்டுரைத் தொகுதியும், ஒரு சிறுகதைத் தொகுப்பும், மொழிபெயர்ப்புக் கட்டுரை நூல்கள் இரண்டும் வெளியாகியுள்ளன.

தமிழ்நாடு அரசின் சிறந்த நாவலுக்கானப் பரிசையும் தமிழ் நாடு கலை இலக்கியப் பெருமன்றத்தின் அழகிய நாயகி அம்மாள் விருதையும் பெற்றவர்.

999 487 3456
s.arshiya12@gmail.com

பொருளடக்கம்

சாத்தியங்களுடன் விரிந்தே கிடக்கும்
தொடுவான எல்லைக்கோடு 09

பாலஸ்தீனத் தலைமைக்கு ஓர் அறிவுரை 13
ராஜா ஷிஹாதே
(2014 எட்வர்ட் செய்த் நினைவுச் சொற்பொழிவு)

கண்ணியம், ஒற்றுமை மற்றும் தண்டனைக் குடியேற்றம் 26
எட்வர்ட் செய்த்
(2003)

சகவாழ்வுக்கானத் தளங்கள் 57
எட்வர்ட் செய்த்
(1997)

"ஓ, காஸாவின் போக்கிரிக் குழந்தையே,
யார் நீ என்னை எப்போதும் உலைவுசெய்வதற்கு.
உனது அச்சக்குரல் எனது பலகணியின் கீழே.
ஒவ்வொரு புலர்வையும் பாய்ச்சலாலும்
பெருங்குழப்பத்தாலும் நிரப்புகின்றாய்.
யாரோபோல என் குடுவையை உடைத்துவிட்டாய்;
மச்சு முகப்பிலிருந்த துணையற்றப்
பூவைத் திருடிவிட்டாய்.
திரும்பிவா, நீ விரும்பியதுபோல
எங்களை அச்சப்படுத்து;
அத்தனைக் குவளைகளையும் உடை;
மலர்களைத் திருடிப்போ.
திரும்பிவா.... உடனே திரும்பிவா...."

காலித் ஷூமா

பாலஸ்தீனியக் கவிஞன், காஸா.

சாத்தியங்களுடன் விரிந்தே கிடக்கும் தொடுவான எல்லைக்கோடு

ஜூலை 9, 2014, இஸ்ரேல் தனது சமீபத்தியத் தவணையாக, முழுஅளவிலான குண்டுவீச்சை காஸாவில் தொடங்கியது. அது, இரக்கமற்றதோர் செயல்பாடு. நூற்றுக்கணக்கானப் பாலஸ்தீனக் குடிமக்கள் கொல்லப்பட்டனர். ஆயிரக்கணக்கானோர் படுகாயமுற்றனர். பத்தாயிரக்கணக்கானோர் தட்டழிந்து இடம் பெயர்ந்தனர். நூற்றுக்கணக்கான வீடுகள் சிதைந்துபோயின. மருத்துவமனைகள், பள்ளிக்கூடங்கள் மற்றும் அடிப்படைக் கட்டமைப்புகள் இடித்துத் தகர்க்கப்பட்டன. இஸ்ரேல் மீண்டும் ஒருமுறை, புதியவகை ஆயுதத்தை — மிகக்கொடிய ஓசையை எழுப்பி, அழிவினை உண்டாக்கும் Dense Inert Metal Explosive — பயன்படுத்தியிருக்கின்றது. இஸ்ரேலிய ஆக்கிரமிப்புக்கு முன்புவரை, அரசியல் அக்கறை கொள்ளும் பொருள்தொகுதி எதுவும் அங்கிருக்கவில்லை. பாலஸ்தீனியர்களை அச்சமூட்டும் நடவடிக்கைகள் மட்டுமே இருந்து வந்தன. இந்தக் கொடும் வன்முறையின் மூலம் ஒவ்வொரு நாளும், கழுத்து நெறிபடும் வாழ்க்கை ஆகியிருக்கின்றது.

ஒரு மந்திரக்காரனாக, பாலஸ்தீன அறிவுஜீவி எட்வர்ட் செய்த் (1935—2003) அற்புதமானப் பணியொன்றைச் செய்திருக்கின்றார். நாங்கள் அவரது கட்டுரைகளில் இரண்டைப் பொறுக்கியெடுத்திருக்கின்றோம். இரண்டுமே, பாலஸ்தீனியர்கள் மிகவும் இடரார்ந்த காலகட்டத்தில்

இருந்தபோது, எழுதப்பட்டவை. இஸ்ரேலின் ஆக்கிரமிப்பின் கீழ் மற்றும் திறன்மிகு தலைமை இல்லாத நிலையில் பாலஸ்தீனியர்கள் இருந்ததெல்லாம், எல்லோரும் முன்னமே அறிந்தது தான். அதனால் அந்த அடக்குமுறையின் விவரங்கள், இந்தக் கட்டுரைகளின் மையமாக அமைக்கப்படவில்லை. அதில் இருக்கும் பிரச்சனை, பொருள்விளக்கம். அதனாலேயே, இந்தக் கட்டுரைகள் முதலில் எழுதப்பட்டது போலவே, இன்னும் புதுமைக்குன்றாமல் மலர்ச்சியுடன் இருக்கின்றன. 'கண்ணியம், ஒற்றுமை மற்றும் தண்டனைக் குடியேற்றம்' எட்வர்ட் செய்த் எழுதி, கடைசியாகப் பிரசுரமான ஒன்று.

அவற்றுக்கான வெளியைத் திறந்துவைக்க, பாலஸ்தீன எழுத்தாளர் மற்றும் வழக்கறிஞர் ராஜா ஷிஹாதே 2014—ல் ஆற்றிய, எட்வர்ட் செய்தின் நினைவுச் சொற்பொழிவை நாங்கள் அச்சாக்குகின்றோம். அது, எட்வர்ட் செய்தின் மதிப்பீடுகளை, எங்கள் சூழலுக்கு இணைவாகக் கொண்டு வந்திருக்கின்றது. அந்த நிலப்பரப்பில், விளைவுகள் வேகமாக நடந்துகொண்டிருக்கின்றன. அதை இந்தக் கட்டுரைகள், காஸா பகுதியில் – ஷுஜாய்யாவுக்கு அடுத்துள்ள அல் அஸ்கா மருத்துவமனையில் — மழைபோல குண்டுகள் பொழிந்து கொண்டிருந்தபோதும், தளரா நம்பிக்கையை உணர்வுகொள்ளச் செய்கின்றன.

'பாலஸ்தீன், செய்தின் ஆய்வுணர்வுக்குரிய விசாரணைக்கு, முதன்மைப் பகுதி அல்ல. அவர் ஒரு கலாச்சார விமரிசகர். ஜோசப் கன்ராட்டின் இசையைப் பற்றி நூல் எழுதியவர். அவர் ஒரு இலக்கிய விமரிசகர். தொடங்குதல் மற்றும் சூழமைவுக் குறித்து எழுதியவர். எல்லாவற்றுக்கும் மேல், செய்த் ஒரு பாலஸ்தீன எழுத்தாளர். தன் மக்களுக்கு இழைக்கப்பட்ட பெரும் அநீதியின் உள்ளுணர்ச்சிகளையும் அதன் துல்லியத்தையும் எழுதியவர். ஓரியண்டலிசம் (1978), செய்தின் எழுத்தாண்மைக் கலையாக்கமாகப் பலரால் பார்க்கப்படுகின்றது. குடியேற்ற நாடுகளின் வாழ்வியல் மரபுகுறித்த நுண்ணியப் பகுத்துணர்வை மட்டும் அவர் எழுதவில்லை. கூடவே, அரசியல் சகதியில் தோய்க்கப்பட்ட மூக்குகளையும் அவர் அடையாளம் காட்டுகின்றார்.

'ஓரியண்டலிசம்', துன்பியல் நாடக மூன்றின் தொகுதி யில், முதல்பாகமாகும். நீண்ட மரபுகொண்ட சூழ்ச்சித் தந்திரங்களின் கைத்திறத்தால், கீழ்த்திசை உலகம் தாழ்ந்தது மற்றும் ஐரோப்பாவுக்குக் கீழானது என்று இறுமாந்திருந்த மேலைக்கணக்குகளை, மிச்சமீதியின்றி நேர் செய்து முடித்து

வைக்க வந்த நூலது. குடியேற்ற நாடுகளின் அதிகாரத்தைக் குத்திக்கேட்கும் வேல்கம்பும் அதுதான். விரிவாகச் சிந்திக்கின்ற வழிமுறைகளையும், அதற்கானத் தயாரிப்புகளையும் கொண்ட சூத்திரமும் அந்த நூல்தான். வெளிப்படுத்துதல் மற்றும் அதிகாரத்தைத் தெளிவுபடுத்திய அந்த நூலுக்குப் பிறகு, இரண்டு நூல்கள் அவரால் எழுதப்பட்டன. The Question of Palestine (1979) and Covering Islam (1981).

பாலஸ்தீன பிராந்திய அரசியல், கீழ்த்திசைப் பார்வையால் நிரப்பப்பட்டது. ஒரு மனிதனின் தற்சார்புரிமையைக் கோரிப் பெறுதல், அத்தனை எளிதான ஒன்றாக இல்லை. அன்றாடத் துன்பங்களைத் தாண்டி, கற்பிதம் செய்யப்பட்ட இந்தப்பகுதியில், பிணப்போர்வைக்குள் வாழும் பாலஸ்தீன மக்கள், எந்தவழியில் எப்படி இயங்கவேண்டும் என்பதை, படம் வரைந்து காட்டுகின்றார், செய்த். மூன்றாவது புத்தகம், மேற்கத்திய ஊடக உலகம், 'கிழக்கு'க்குறித்த அத்தனை கேள்விகளுக்கும் விடையாக, இஸ்லாமுக்கு எப்படி உருவம் கொடுத்து வைத்திருக்கின்றது என்பதைத் தெளிவுபடுத்துகின்றது. 'இஸ்லாம்' என்ற இந்தச்சொல், பிராந்தியத்தின் மற்ற அர்த்தப்பூர்வமான ஒட்டுமொத்த இயல் ஆற்றல் கோட்பாடுகளான, பொருளாதார மற்றும் அரசியல் தன்னுரிமையற்ற நிலைகளை, மூடிப்பாதுகாத்துக் கொள்கின்றது. ஈரானின் பெருமாற்றத்தை 'புரட்சி' என்று குறிப்பிடாத ஊடகங்கள், அதை இஸ்லாமியச் சீற்றத்தின் திடீர் உணர்ச்சியெழுச்சி என்றும், சுதந்திரத்துக்கான மக்கள் வேட்கையல்ல என்றும் எழுதின.

கீழையுலக மரபுத்தொடர் என்னும் 'ஓரியண்டலிசம்', மேற்கத்திய ஊடக உலகத்தால் திறந்து வைக்கப்பட்ட பொதுக் கருத்துவெளியைத் துடைத்தழிக்கின்றது. இந்தப் புத்தகம் ஆராய்ச்சிப் பரப்பெல்லையை விரித்துவைக்கின்றது. குறிப்பாக, பின்காலனித்துவ ஆராய்ச்சிகளை. ஆனால் அதையோர் அசைவியக்கப் பணியாக அது, செய்யவில்லை. அதனை செய்த்தின் கட்டுரைகள் பாலஸ்தீன விடுதலைக்காகச் செய்கின்றன.

செய்த், தான் பிறந்த நாட்டின் மீது, அடக்குமுறைக்கு உள்ளானவர்கள் மீது, மிகுந்த அக்கறை கொண்டவர். அதேவேளையில் அவர் குருட்டுத்தனமான ஆர்வலர், அல்லர். மிகமோசமான விளைவுகளைத் தரக்கூடிய ஆஸ்லோ (1993) ஒப்பந்தத்தைக் கடுமையாக விமரிசித்தவர். யாசர் அராபத்தும், இஸ்ஸாக் ராபினும் செய்துகொண்ட அந்த ஒப்பந்தத்தை,

'Fashion show Vulgarities' என்று வர்ணித்தார். பிராந்தியத்தின் நிச்சயத்தன்மையை குடா போர் தகர்த்துக்கொண்டிருக்கின்றது; மண்ணின் மைந்தர்களை வலுக்கட்டாயமாக வெளியேற்றிக் கொண்டிருக்கின்றது; அங்கே அராபத், கையெழுத்துப் போட்டுக்கொண்டிருக்கின்றார். அதனை செய்த், 'இதுவொரு சாதகமானத் தன்னொப்படைப்பு' என்று குறிப்பிடுகின்றார். அந்தநேரத்தில், செய்த் தான் விடுத்த எச்சரிக்கைக்காகத் தாக்கப்படுகின்றார். அப்போது இஸ்ரேலின் மிகமுக்கிய அறிஞரான அவிஷ்லைமும் செய்தைத் தாக்குகின்றார். இரண்டு பத்தாண்டுகளுக்குப் பின்பு, அவிஷ்லைம், 'இன்றிலிருந்து இருபது ஆண்டுகளுக்கு முன்பு, செய்த் சொன்னக் கருத்து சரியானதுதான்' என்றும், 'தனது செயல்பாடு தவறானதுதான்' என்றும் ஒத்துக்கொள்கின்றார்.

காஸாவிலிருந்து புகையத் தொடங்குகின்றது. பாலஸ்தீனில் நம்பிக்கை மிகவும் குறைந்து காணப்படுகின்றது. இந்தநிலையிலும்கூட, பாலஸ்தீனத்தின் எதிர்காலத்துக்காக உருவாகிவரும் இயக்கங்களின் தொடுவான எல்லைக்கோடுகள், சாத்தியங்களுடன் விரிந்தே கிடக்கின்றன.

பாலஸ்தீனத் தலைமைக்கு ஓர் அறிவுரை

ராஜா ஷிஹாதே
(2014 எட்வர்ட் செய்த் நினைவுச் சொற்பொழிவு)

1948 ஆம் ஆண்டில், தங்கள் வீடுகளிலிருந்து பாலஸ்தீனியர்கள் வலுக்கட்டாயமாக வெளியேற்றப்பட்டபோது, இஸ்ரேல் அவர்களை அகதிகள் என்று குறிப்பிடவில்லை. அதன்படி, பாலஸ்தீன் அவர்களின் தேசமெனப் பொருள்கொண்டதாக இருக்கின்றது. எப்போதும் திரும்பி வருவதற்கான உரிமையும் அவர்களுக்கு இருக்கின்றது. அப்போது இந்த வழிமுறையின்படி, இஸ்ரேலிய அதிகாரக்குழு எதையும் ஆய்ந்து பார்த்திருக்கவில்லை. விரட்டியடித்துவிட்டால், அவர்கள் ஒருபோதும் திரும்பவரப்போவதில்லை என்று, தங்கள் பணியைச் செவ்வனச் செய்திருந்தனர். மற்ற சர்வதேச அகதிகளுக்கு வழங்கப்பட்ட சமுதாயப் படிநிலைத் தகுதியை, சில காரண காரியங்களால் அல்லது சில கொள்கைப் பற்றுகளால், அவர்களுக்கு 1951 ஆம் ஆண்டில் நிறுவப்பட்ட UN High Commissioner for Refugees (UNHCR) சட்டரீதியான அங்கீகாரத்தைக் கொடுக்கவில்லை. பாலஸ்தீன அகதிகள் இன்னமும் 1949 ஆம் ஆண்டில் சாக்குப்போக்குச் சொல்லி, ஐக்கிய நாடுகளால் உட்பொருள்கொண்டு உருவாக்கப்பட்ட UNRWA (United Nations Relief and Works Agency) யால் மட்டுமே பராமரிக்கப்படுகின்றார்கள். இந்த ஏற்பாட்டின் பொருள், அவர்களின் தேவைகள் ஏற்பிசைவு தெரிவித்துப் பரிசீலிக்கப் படும். ஆனால் உரிமைகள் கிடைக்காது. உலகில் வேறெங்கும் இல்லாத அளவில் சொந்த நாட்டிலேயே, இன்றைய நிலையில் 49 லட்சம் பாலஸ்தீனியர்கள் அகதிகளாக இருக் கின்றனர். அவர்கள் குறித்த எந்தவொரு பதிவும் UNHCR

புள்ளிவிவரங்களில் இல்லை.

அதேவேளையில், புதிய தேசத்தில் பதியம்செய்யப்பட்ட அரேபிய யூதர்கள் யாரும், அகதிகள் என்று அழைக்கப்பட வில்லை. கடந்து செல்லும் அவர்கள், சொர்க்கத்தின் கதவுகளான இஸ்ரேலின் வழியாகப் போகின்றார்கள்; ஹீப்ருவில் சொல்லப்பட்டிருக்கும் மேல்நோக்கி விரையும் 'அலியா' அவர்கள். அவர்கள்தான், இஸ்ரேலுக்கு வந்திருப்பதாகச் சொல்லப்பட்டது. அவர்கள் எந்தவொரு இடத்திலும் 'வந்தேறி'களாகப் பார்க்கப்படவே இல்லை. இரண்டாயிரம் ஆண்டு இடைவெளிக்குப்பின், இல்லம் திரும்பியிருப்பதாகச் சொல்லப்பட்டது. சில மாதங்கள் கழித்து, மக்கள்தொகைப் பதிவேட்டில், தங்களை யூதர்கள் என்று பதிவதற்கு பதிலாக, தங்கள் தேசிய இனத்தை இஸ்ரேலியர் என்று பட்டியலிட விரும்பிய 21 குடியிருப்பாளர்களின் முறையீட்டை, இஸ்ரேலிய உயர்நீதிமன்றம் தள்ளுபடி செய்தது. இஸ்ரேலின் இருப்பை ஏற்கமறுத்து, பாலஸ்தீனியர்கள் பலமுறைக் குற்றம் சாட்டிவந்தனர். உயர்நீதிமன்றத்தில் விருப்பமில்லாத ஒன்று கூடுகை என்று சுட்டிக்காட்டினர். அதன்பின்பும் அந்தநிலம், 'தற்போதைய இல்லாதவர்கள்' மற்றும் 'உள்ளுக்குள் ஊடுருவுபவர்களின்' நிலமாகிவிட்டது: பாலஸ்தீனியர்கள் யாரும் பாலஸ்தீனத்திலிருந்து வெளியேறவில்லை. ஆனால், அவர்களின் கிராமங்களிலிருந்து வெளியேறி, பாலஸ்தீனின் வேறொரு பகுதியில் தற்காலிகமாகத் தங்கியிருக்கின்றார்கள். அவர்கள் தங்களின் சொந்தவீடுகளுக்குத் திரும்பும்போது, அங்கே இருந்து கொண்டிருக்கும் இஸ்ரேலியர்கள் அவர்களைத் தடுக்கின்றார்கள். திரும்புதலைத் தடுக்கும்செயல் இன்றுவரைத் தொடர்கின்றது.

அவர்களில் தாஹா முஹம்மத் அலி என்றொரு கவிஞர் இருந்தார். ஷபூரிய்யா கிராமத்தைச் சேர்ந்தவர். அவர் பாலஸ்தீனிலிருந்து வெளியேறவில்லை. ஆனால் அவர், அவரது சொந்தக் கிராமத்துக்குத் திரும்ப அனுமதிக்கப்படவில்லை. நாசரேத்துக்கருகில் தனது வாழ்தலை நடத்தினார். இளவேனிற் மற்றும் கோடைப் பருவங்களில், அவரும் அவரது சக கிராமத்தினரும் தங்கள் சொந்த நிலத்துக்குள் புகுந்து, காட்டுமூலிகைகளைத் திருட்டுத்தனமாகப் பறித்துவருவார்களாம். "இந்த நிலம் எங்களை மறுக்கின்றது / ஏமாற்று கின்றது, காட்டிக் கொடுக்கின்றது". அவர் எழுதுகின்றார்:

அதன் தூசி எங்களை ஏற்றுக்கொள்ளவில்லை
அது எங்களைப் பற்றி முணுமுணுக்கின்றது

சீற்றங்காட்டுகின்றது... எங்களை வெறுத்தொதுக்குகின்றது
அதைப் புதிதாய்க் கொண்டவர்கள்
கடலோடிகள், அடாவழி உரிமையினர்,
புழக்கடைத் தோட்டத்தை வேரறுத்தவர்கள்,
மரங்களைக் கொன்று புதைத்தவர்கள்.
அவை நாங்கள் பார்ப்பதை தொலைதூரத்தில் நிறுத்தி
வைத்துவிட்டன
மலர்ச்செடிகொடிகளின் வனப்புத்தோற்றத்தை, அழகியப்
பூக்களை,
மூலிகைகளைக்கூட தொட அனுமதி மறுத்துவிட்டன,
காட்டுக் கிழங்குகளையும் நீலமலர்ச்செடிகளையும்.

1948வாக்கில், பாலஸ்தீனியர்களில் வேறுபட்டப் பண்பு கொண்ட மூன்று குழுக்கள் இருந்துவந்தன: அவர்கள் இப்போது இஸ்ரேலியக் குடிமக்கள்; அவர்களில் ஜோர்டானில் இருப்பவர்கள் ஜோர்டானியக் குடிமக்கள்; அவர்களில் UNRWAவில் பதிவுசெய்துகொண்ட மேற்குக் கரையின் காஸாவிலுள்ள அகதிகள். யாரெல்லாம் நாடற்றவர்களோ, அக்கம்பக்கத்து அரேபிய தேசங்களில் ஒண்டிக்கொண்டவர்கள், உலகநாடுகளில் எங்கெல்லாமோ சிதறிக்கிடப்பவர்கள். பல்வேறு குழுக்களை மற்றும் வேறுபாடுகளை ஒழுங்கமைத்து, பாலஸ்தீன மக்கள் என்றாகியுள்ளது. ஒருவேளை இது, 1948 ஆம் ஆண்டின் பாலஸ்தீனியர்கள் மற்றும் என்னைப் போன்ற 1967 ஆம் ஆண்டின் பாலஸ்தீனியர்கள் கலந்து ஒன்றாய், பொருள் விளக்கமாகியிருக்கலாம். உதாரணத்துக்கு இஸ்ரேலிய அமைச்சர் நப்தாலி பென்னட், எங்களை இஸ்ரேலின் முதுகில் இருக்கும் சிதறுவெடிகுண்டு என்று அழைக்கின்றார்.

எனது தந்தை, எங்கள் குடும்பத்தை UNRWAவில் பதிய மறுத்துவிட்டார். பதிய விருப்பமற்றுப்போனதால், நாங்கள் ஜோர்டான் குடிமக்களாகி விட்டோம். அது நல்லபடியாக எங்களுக்குள் கலந்து, நாங்கள் பாலஸ்தீனியர்கள் என்பதையே மறக்கச்செய்துவிட்டது. பாலஸ்தீனை பிளவுபடுத்தும்போது, இஸ்ரேலும் ஜோர்டானும் இந்த அகதிகளில் சிலரை உரிமைகளற்ற அகதிகளாக ஈர்த்துக்கொள்ளவே செய்தன. அதுவே, 1967 ஆம் ஆண்டு, ஜோர்டானிடமிருந்து மேற்குக்கரையை இஸ்ரேல் எடுத்துக்கொண்டபோது, உரிமைகளற்ற அகதிகளுக்கு, 'அகதி' என்ற 'அந்தஸ்த்தை'க்கூட விலக்கிக்கொண்டது. இப்போது நாங்கள் ஆக்கிரமிப்பின் கீழ் இருக்கின்றோம்.

1967வரை நாங்கள் எளிமையான கதைகளுடன் வாழ்ந்து வந்தோம். எனது குடும்பத்தினர் மூலமாக, சொர்க்க நகரமான 'ஜாபா'வைப் பற்றி நான் கேள்விப்பட்டிருக்கின்றேன். அங்கிருந்து அவர்கள் 1948 ஆம் ஆண்டில் வலுக்கட்டாயமாக அப்புறப்படுத்தப் பட்டிருக்கிறார்கள். பள்ளிப் பருவத்தில் வரலாற்றுப் பாலஸ்தீனத்தின் புவியியலை நான் படித்திருக்கின்றேன்: அதில் இஸ்ரேலின் இருத்தல் விவரம் எதுவும் குறிப்பிடப்படவில்லை. எனது புவியியல் ஆசிரியர் அபு எல் அவாத், மரபார்ந்த அரேபிய உடையை அணிபவர். அவர், பாலஸ்தீன் வரைபடத்தை கரும்பலகையில் வரைவார்: சாக்கடல் தெற்கே இருக்கும். தூர வடக்கில் டைபிரியஸ் ஏரி இருக்கும். அதற்குமேலே, மற்றொரு சிறிய ஏரி, ஹுல்ச். இதுவெல்லாம் எங்களுக்கு நன்றாக நினைவில் இருக்கின்றது. 1950களின் துவக்கத்தில் காய்ந்துபோன அந்த ஏரி, அதன்பின்பு எப்படிக் காணா மல்போனது என்று தெரியவில்லை. நாங்கள் labanel-jamouseh என்று பாட்டெல்லாம் பாடியிருக்கின்றோம். இப்போதும், 'பாலைத் தண்ணீராய்த் தரும் எருமை, ஒருகாலத்தில் ஹுல்ச்சில் வாழ்ந்து வந்தது. அது, காணாமல் போய்விட்டது, ஹுல்ச் தன்னைத் தொலைத்துவிட்டதுபோல' என்று பாடுவதுண்டு.

அதன்பின்புதான், எங்களுக்கு உண்மையானக் கல்வி தொடங்கியது. நக்பாவின் தலைமுறைகளைப் பற்றி நாங்கள், மிகவும் கவனமாகக் கேட்டோம். எங்கள் தலை ஆடத்தொடங்கி விடும். எங்களைக் கட்டுப்படுத்துவதற்கு இஸ்ரேல், புதிய சூழ்ச்சித் திறங்களை பயன்படுத்திக் கொண்டே இருக்கின்றது. 1948 ஆம் ஆண்டில், இஸ்ரேலியக் குடியுரிமை வழங்கப்பட்ட பாலஸ்தீனியர்களை ஆட்சிசெய்ய அமைக்கப்பட்ட இராணுவ அரசு, ஆறுமாதங்களுக்கு முன்பு கலைக்கப்பட்டு, மற்றொரு ஆட்சி மேற்குக்கரையிலும், காஸாமுனையிலும் தொடங்கப்பட்டது. அதே சூழ்ச்சித் திறங்கள்தான் இப்போதும் பயன்படுத்தப்பட்டன. அதேநபர்கள்தான் இப்போதும் பொறுப்பில் இருக்கின்றார்கள். ஹைபாவிலிருந்து பாலஸ்தீனில் இஸ்ரேலியக் குடிமகனாகத் தங்கியிருந்த உறவினர் ஒருவர் சொன்னது, நன்றாக நினைவிலிருக்கின்றது. என் தந்தையைப் பார்க்க வந்த அவர், என்ன நடக்கும் என்பதை அப்போது சொன்னார். அவர் எங்களிடம் உத்தரவாதமாகச் சொன்னது: நாமெல்லாம் இப்போது தேனிலவு காலத்தில் இருக்கின்றோம்; மிக விரைவில் துயரங்கள் தொடங்கிவிடும். முதலில்

இரத்தத்தைப் பிழிந்தெடுக்கும் வரிகளைப் போடுவார்கள். பிறகு, நிலம் கையகப்படுத்தல். பின்னர் என்னவெல்லாம் நிலத்தில் இருக்கின்றதோ, அவையெல்லாம் நம் கைக்கு வராதபடிக்கு திட்டமிட்டத் தடைகள். இவையெல்லாமே துல்லியமாக நடந்தன. நாங்கள் அப்போது அதைக்கேட்கத் தயாராக இருக்கவில்லை. அல்லது முன்யோசனை செய்யவில்லை. எங்களுடன் தங்கியிருந்தவர்களை இஸ்ரேலிய எஜமானர்களுக்குக் குற்றேவல் புரியும் அடிமைகள் என்று கருதியிருந்தோம். அத்தனை மயக்கும் கவர்ச்சியும், துப்பாக்கி வைத்திருந்தவர்களாலும் அவர்களின் ஆட்களாலும்தான் செய்யமுடிந்தது. அவர்களை Sumoud என்கிறார்கள். அவர்களில் யாரும் துன்பம் தாங்கும் ஆற்றலும் விடா முயற்சியும் கொண்டவர்கள் இல்லை. நான் ஒரு கேலிச்சித்திரத்தை நினைவுகூர்கிறேன். அச்சித்திரம், யாருக்கோ தன் பின்பக்கத்தை உதைப்பதற்குக் காட்டிக்கொண்டு நிற்கும். அதன் தலைப்பும் Sumoud தான். ஒருகாலத்தில் கேட்டுக்கொள்ளாதவர்கள், சுழற்சியில் பின்னர், 1991 ஆம் ஆண்டு, இஸ்ரேலுக்கும் பாலஸ்தீன விடுதலை இயக்கத்துக்குமிடையில் வாஷிங்டனில் நடந்தப் பேச்சுவார்த்தையின் போதுதான், சில விஷயங்களைக் கற்றுக்கொண்டோம்.

1967 ஆம் ஆண்டின் போருக்குப்பின், பாலஸ்தீன நிலங்களை ஆக்கிரமிப்புசெய்த செயலை, இஸ்ரேல் வரலாற்றின் மிகமுக்கிய அறச்செயல் என்று, ஒருவார்த்தையைப் பரவ விட்டது. 'நன்றிகெட்ட' பாலஸ்தீனியர்கள் அதை ஏற்கமறுத்தனர். அப்படி எதிர்த்தவர்களை Fedayeen என்று அழைத்தது. இஸ்ரேலிய வார்த்தையில் அவர்களுக்குப் பெயர் mukhare-been. சேட்டை செய்யும் குழந்தையை அரேபிய மொழியில் anta mukhareb — அழிமதியாளன், அழித்துக் கெடுப்பவன் என்பார்கள். எனக்கு ஆச்சரியமாக இருக்கின்றது. நாங்கள் எதை அழித்துக் கெடுத்தோம்? பிறகு நான் உணர்ந்து கொண்டேன். இஸ்ரேல், எங்களுக்கும் அவர்களுக்கும் சில உத்தரவுகளை விதித்தது. அதனை நாங்கள் அழித்துவிட்டோம். முடிவாக, ஜார்ஜ் டபிள்யூ. புஷ், 'பயங்கரவாதத்தின் மீது போர்' பிரகடனம் செய்தபோது, நாங்கள் irhabyeen பயங்கரவாதிகள் என்று, எங்களில் ஒவ்வொருவரும் யாரொருவரும் விடுபட்டுவிடாமல், பட்டம் சூட்டப்பட்டோம். இஸ்ரேலின் பார்வையில் நாங்கள் எல்லோருமே, ஆற்றல்வாய்ந்த பயங்கரவாதிகள். மேலும் நாங்கள் எல்லோரும்,

இஸ்ரேலிய அரசின் அனுமதியின்பேரில் இருக்கின்றோம். பாலஸ்தீனியக் கடவுச்சீட்டு வைத்திருப்பவர்களுக்கும் எந்தவொரு வேறுபாடுமில்லை. அதன் மேலிருக்கும் எண், சட்டப்படி உடமையின் உரிமைமாற்றி, இஸ்ரேலால் வழங்கப்பட்டது. அதுவே பாதுகாப்புக் கோப்புகளிலும் தகவல் தொகுப்பகங்களிலும் பதியப்பட்டுள்ளது. இஸ்ரேல் தற்போக்கு எண்ணப்படி, யாரையும் வீட்டுக்குத் திரும்ப அனுமதிமறுத்து, தடுத்துவிட முடியும். தற்போது இந்தநிலைதான் எல்லா பாலஸ்தீனியர்களுக்கும். இந்தப்பகுதியிலும் கிழக்கு ஜெரு சலத்திலும். எங்களால் வாழமுடியாதப் பகுதிகளில், நாங்கள் ஊடுருபவர்களாக வாழ்கின்றோம்.

1987வாக்கில், ஆக்கிரமிக்கப்பட்டப் பகுதிகளில் mukhare-beenகளின் எண்ணிக்கை வெகுவாக அதிகரித்தது. அத்தனை பேருமே கெடுப்பவர்களாக இருந்தோம். வன்முறையற்ற வகைமையைக் கையாண்டோம். சிலவேளைகளில், போதுமான ஆக்கிரமிப்பைச் செய்வதற்கு, ஓரிரு வன்முறைச் சம்பவங்களைச் செய்யவேண்டியிருந்தது: First Intifada முதல் எழுச்சி துவங்கி யது. எங்களின் விடாப்பிடியான இராணுவப் போராட்டம் பயன்தருவதாக இருக்கவில்லை. அது வன்முறையற்ற 1987—ன் எழுச்சி. ஆக்கிரமிப்புப் பகுதியில் எழுச்சி கிளர்ந்ததால், இஸ்ரேலைப் பேச்சுவார்த்தைக்குத் தள்ளிக்கொண்டுவந்தது. எழுச்சி துவங்கி நான்காண்டுகளுக்குப் பிறகு, 1991 ஆம் ஆண்டு, இஸ்ரேல் தனது கருத்தை எடுத்துவைக்க, மாட்ரிட்டில் நடந்த சர்வதேச அமைதி மாநாட்டில் கலந்து கொண்டது. அதையடுத்து, வாஷிங்டன்னில் இஸ்ரேலிய பாலஸ்தீன உயரதிகாரிகளுக்கிடையே பேச்சுவார்த்தைகள் தொடர்ந்தன. பேச்சுவார்த்தையில் கலந்துகொண்ட பிராந்தியத்துக்கு வெளியே உருவாகியிருந்தத் தலைவர், இஸ்ரேலிய அதிகாரத்தின் கீழ் வாழும் எங்களின் வாழ்நிலைப் பரிமாணங்களின் அவலங்களை, அன்றாட வாழ்தலுக்கானப் பிரச்சனைகளை, போராட்டங்களை அடையாளம் கண்டுணர்ந்தவராக இருக்கவில்லை. பேச்சுவார்த்தை யின்போது, சட்ட ஆலோசகராக கலந்து கொண்டபோது, நான் அதைக் கண்டுணர்ந்தேன். தற்செயலாக, எட்வர்ட் செய்த் வாஷிங்டன்னில் இருப்பதை நினைவில் கொண்டிருந்தேன். உயரதிகாரிகளின் பேச்சுவார்த்தையின்போது, அவரது சேவையை வழங்கும்படி கேட்டுக்கொண்டேன். தீர்வுக்குரிய பாத்திரத்தை வகித்த அவர், அமெரிக்கப்

பொதுமக்களிடம் இந்தப்பேச்சு வார்த்தைக் குறித்து பெருமளவில் உரையாற்றினார். உரிமை வழங்கீடுகளை மறுக்கும் தலைமைகளைத் தோலுரித்துக் காட்டினார். உரிமைகளை மறுக்கும் இவர்கள் என்ன மாதிரியானத் தலைவர்கள்?

அந்த ஆண்டு முழுவதையும் வாஷிங்டன்னில் கழித்தேன். கொஞ்சகாலம் கழித்து ஒரு கேள்வி என்னைத் தொல்லைப்படுத்தத் துவங்கியது: பாலஸ்தீனியர்கள் மீதும் அவர்களின் உடமைகள் மீதும் 1948 ஆம் ஆண்டில் கைக்கொண்ட அதே சூழ்ச்சித் தந்திரங்களை வைத்தே, ஏறத்தாழ 1967 ஆம் ஆண்டிலும் இஸ்ரேல் எப்படி வெற்றி பெற்றது? இஸ்ரேலிய இராணுவ உத்தரவுகள், ஆக்கிரமிக்கப்பட்டப் பகுதிகளிலும், அதுபோல பாலஸ்தீனியர்களிடமும், அங்கே குடியேற்றப்பட்ட யூதர்களிடமும் திட்டமிட்டு, ஒரேமாதிரிப் பேணும் பார்வையிலேயே எல்லாமும் அணுகப்பட்டிருக்கின்றன. பேச்சுவார்த்தையின்போது, இஸ்ரேலின் வியூகம் பல உத்தரவு களை, முடிந்த அளவுக்கு சரிவை நோக்கிப் போகச்செய்தது, தெளிவாகத் தெரிகின்றது. நிலப்பகிர்வு, இயற்கை வளப்பயன்பாடு, மேம்பாடு மற்றும் வளர்ச்சித் திட்டங்கள் ஆகியவற்றின் போது, இருதரப்புக்கும் பொருந்திப்போகும் பல்வேறு உத்தரவுகளில், வேறுபாடுகள் உருவாக்கப் பட்டன. பாதுகாப்புக் குறித்தப் பேச்சுவார்த்தையின்போது, ஆக்கிரமிக்கப்பட்டப் பகுதிகளில் இஸ்ரேலியச் சட்டங்கள் இறக்குமதி செய்துகொள்ளப்பட்டன. குறிப்பாக, அவை குடியேற்றப்பட்டவர்களுக்கு ஆதரவானவையாக இருந்தன. அங்கே எல்லாமே தனித்தனி. அல்லது சமமற்ற முன்னேற்றங்களாக இருந்தன. இன ஒதுக்கீடுபோல, யூத குடியேற்றங்களுக்குள் செழுமையாக எல்லாமே வழிந்தோடின. நம்பிக்கையற்ற நிலையிலும் ஏறத்தாழ ஓராண்டு காலத்தை செலவிட்டு, பாலஸ்தீனியத் தலைவர்களைக் கவனப்படுத்தி, துனிஸிலுள்ள அராபத்தின் தலைமையகத்திலிருந்து வரவிருக்கும் வழிகாட்டுதல்களை சற்றே நிறுத்தி வைக்கவும், அதுவரையில் இஸ்ரேலிய இராணுவ அதிகாரங்கள் குறித்து, சட்டரீதியான மறுபரிசீலனையின் தேவையையும், தற்போது செயல்பாட்டிலிருக்கும் இராணுவ அதிகாரங்களை ஒத்துக்கொண்டால், அவர்களுக்குச் சட்டரீதியான உரிமைகளை விட்டுக்கொடுத்ததுபோல ஆகிவிடும் என உணர்த்த முயன்றேன். எனது பெட்டிப் படுக்கையை

மூட்டைக்கட்டிக் கொண்டு, ஊர் திரும்பிவிட்டேன்.

வாஷிங்டன்னிலிருந்து புறப்பட்டுவிட்ட பின்பும், பாலஸ்தீனியர்களுக்கும் இஸ்ரேலியர்களுக்குமான சட்டவிஷயத்தில், வேறுவேறு அளவீடுகள் வழக்கத்தில் வைத்திருக்கும் கபடசெயல் எனக்குள் உறுத்திக்கொண்டே இருந்தது. இருபுறத்திலும் சட்டம் சார்ந்த ஆய்வுப்பயணத்தைத் தொடங்கினேன். மக்கள், தங்கள் உரிமைகளை எப்படியெல்லாம் கதைகதையாகச் சொல்கிறார்கள். சட்டம் சார்ந்த கதைச்சொல்லல் என்பது, ஒரு கட்டுமானம். அதை நிலைநிறுத்த, அதற்குள் ஒரு நெருக்கமான பருண்மை அல்லது மெய்ப்பொருள் இருக்கவேண்டும். அப்புறம் கொஞ்சம் உள்ளார்ந்தத் தர்க்கம். அத்துடன் தொடர்புபடுத்தும் புறத்தொடர்பானச் சில குறிப்புகள். அது எளிதில் தகவலை பரிமாறிக் கொள்ளக்கூடியதாக இருக்கவேண்டும். ஆக்கிரமிக்கப்பட்டப்பகுதியில், இஸ்ரேல் முக்கியமாக இராணுவ அதிகாரங்கள் பற்றியே தொடர் உரையாற்றியது. அதுவே, அதன் வலிமையை பலப்படுத்த முடிந்தது. பாலஸ்தீனத் தலைவர்கள் சட்ட விவகாரங்களில் PLO வுக்கான அங்கீகாரம், தனிச்சிறப்பாய் அமையவேண்டுமென்று, கூடுதலான அழுத்தத்துடன், தனித்தன்மையை வரம்பற்றுத் தேடிக்கொண்டே இருந்தார்கள். அப்போதுதான் இஸ்ரேல் தங்களை அங்கீகரிக்கும் என்று நம்பினார்கள்.

சிந்தனை என்பது அருவமானது: சட்ட பூர்வமான விஷயங்களை அது, பேச்சுவார்த்தையின்போது நிலைபெயர்த்துத் தருமென்று எண்ணமுடியாது. அது, உள்ளுணர்ச்சியைப் போதுமான அளவுக்கு வெளியிலும் காட்டாது. 1988, நவம்பர் 15 ஆம் நாள் அல்ஜியரில் நடந்த Palastinian National Council கூட்டத்தில், PLO சர்வதேச மாநாட்டின் தேவையை உணர்ந்தது. அம் மாநாட்டில், இஸ்ரேல் கைப்பற்றிச் சேர்த்துக்கொண்ட அனைத்துவிதமான அளவீடுகளையும் விலக்கவேண்டும்; குடியேற்றங்களை விலக்கி ஒதுக்கிவைக்கவேண்டும் போன்ற தனது கருத்து களைச் சேர்க்க நினைத்தது. ஆனால் அதற்கான வியூகம் அமைத்து, அந்த இலக்கை அடைவதில் அது தோற்றுவிட்டது. மாறாக, 1993 ஆம் ஆண்டு செய்துகொண்ட அடிப்படை மெய்மை உறுதிமொழியின் போதும், 1995 ஆம் ஆண்டு உருவான இடைக்கால ஒப்பந்தத்தின் போதும், இராணுவ அதிகாரங்கள் இஸ்ரேலுக்கும் PLOவுக்கும்

தற்போதைய நிலையே அனுமதிக்கப்பட்டது. PLOவின் கோரிக்கைகள் இன்னும் அறிவிக்கப்படாமலேயே இருக்கின்றது. உண்மை அங்கே, இன ஒதுக்கீட்டுக் கொள்கைபோலப் பாதுகாக்கப்படுகின்றது.

சட்டரீதியாக, எதையும் போரிட்டுப் பெறமுடியாத பாலஸ்தீனின் இயலாமையை, ஜெருசலம் இன்று மெய்ப்பித்துக் காட்டுகின்றது. ஒப்பீட்டு அடிப்படையில் இஸ்ரேல் விரைத்துக் கொண்டு நிற்கின்றது. 47 ஆண்டுகால இஸ்ரேலிய ஆட்சியில், ஜெருசலம் கூட்டிணைவாக ஒருமுகப்படுத்தப்பட்டிருக்கின்றது. இஸ்ரேலியக் குடிமக்களுக்காக, அதன் செயல்பாடும் திட்டங்களும் வகுக்கப்படுகின்றன. குறிப்பாக, அரேபியக் கிழக்கு ஜெருசலத்திலும் அதைச் சுற்றியுள்ள பகுதிகளிலும் பதியமிடப்பட்ட இஸ்ரேலியக் குடிமக்களுக்காக. பாலஸ்தீனக் குடிமக்களை இஸ்ரேல் பொருட்படுத்துவதேயில்லை. யூதர்கள் வாழும் பகுதியுடன் சுருக்கிக்கொள்கின்றது. அதை மேற்குக்கரையின் இணைப்பு என்றும் இஸ்ரேல் அறிவிக்க வில்லை. ஜெருசலத்தின் அவநம்பிக்கையானக் கட்டுப்பாடு, மிக முன்னெச்சரிக்கையான ஒன்று. சிலவேளைகளில் கொடுமையானதும் கூட. ஐக்கியநாடுகள் சபையில், 'பாலஸ்தீன தேசம்' என்று பெயரளவில் அங்கீகாரம் பெறுவதற்காக, 2012 ஆம் ஆண்டில் நடந்தப் போராட்டத்தை ஒப்பிடும்போது, இப்போதும் கூட பாலஸ்தீனிய அதிகாரக் குழு, தங்கள் நிலம் குறித்த இறையாண்மையற்றதாகவே இருக்கின்றது. இஸ்ரேல், தனது போராட்டங்களின் வடிவத்தை விடாப்பிடியாகவும் தொடர்ந்து நீடிக்கும் ஒன்றாகவும் வைத்திருக்கின்றது. குறைந்த அளவு நிர்வாக நடவடிக்கையை மேற்கொள்கின்றது. ஆனால் PLO — இப்போதைய பாலஸ்தீன நிர்வாகம் உயர்ந்த, கம்பீரமான, மேன்மை யான, அரூபமான நோக்கங்களை முன்வைக்கின்றது. அவை பெரும் மறுமலர்ச்சியைத் தருபவை தான். ஆனால், செயலாற்றும்போது பெரும்பாலும் அர்த்தமற்றவையாகிப் போகின்றன. நாட்டை வலிமைப்படுத்திக்கொள்ளும் அதன் விருப்பம், நடைமுறை உண்மையை சிலவேளைகளில் காட்சிப்பொருளாக்கிவிடுகின்றது. உதாரணத்துக்கு, ரமல்லாவில் பல லட்சம் டாலர் செலவில், உயர்பதவியிலிருப்பவர்களைச் சந்திப்பதற்காகக் கட்டப்பட்ட ஜனாதிபதி மாளிகை, இன்னும் பிறக்காத அரசின் உத்தேசமானத் தலைமைக்கு, வணக்கமுறை செய்யும் இடமாகிப்போய் விட்டது.

சட்டச் செயல்பாட்டுக்கும் தேசியக் கட்டுமானத்துக்கும் காட்டும் வித்தியாசமான அணுகுமுறை, இஸ்ரேலுடனான PLO பேச்சுவார்த்தைத் தோல்வியடைந்ததை, 'ஏன் தோல்வியடைந்தது?' என்பதை விளக்குவதில், காட்டவில்லை. ஆக்கிரமிப்புப் பகுதியிலிருக்கும் பாலஸ்தீனியர்களின் அதே வகை அனுபவங்கள்தான், — சொல்லப்போனால், வெளியிலிருக்கும் எங்கள் தலைவர்கள் உட்பட—, வேறெங்கும் வசிக்கும் பாலஸ்தீனியர்களுக்கும் பொதுவான, முக்கிய அம்சமாக இருக்கின்றது. இன்னொரு வகையானப் போராட்டம், முகாம்களிலுள்ள fedayeen மயக்கி, ஏமாற்றி மனத்தை மாற்றிவிடுகின்றனர். ஆனாலும் ஆக்கிரமிக்கப்பட்டப் பகுதிகளுக்கு பாலஸ்தீன நிறுவனங்களிலிருந்து போதிய அளவில் உத்தரவுகள் வந்தடைவதில்லை.

ஒரு வழக்கறிஞராகவும் சர்வதேச சட்ட வல்லுநர் ஆணைய International commission of Jurists பாலஸ்தீன உறுப்பான அல்—ஹக் நிறுவனராகவும் உண்மையையே பேசிவருகின்றேன். மேற்குக்கரையிலுள்ள இஸ்ரேலியக் குடியேற்றங்களை பாலஸ்தீன நகரங்கள் மற்றும் கிராமங்களின் வழியே ஒன்றுடன் ஒன்றை இணைக்கும் சட்டவிரோத இஸ்ரேலியச் சாலைத் திட்டங்கள் குறித்து நாம் செய்திருக்கும் ஆய்வை, PLO தலைமை சிறிதளவு ஆர்வம்காட்டி வாசித்திருக்குமா என்றொரு சந்தேகம் எனக்குள்ளது. அத்திட்டத்தைச் செயல்படுத்தாதிருக்க, பல்வேறு சவால்களுடன் செயல்பட்டு நூற்றுக்கணக்கான எதிர்ப்புகளைச் சமர்ப்பித்திருக்கின்றோம். அத்துடன், அந்தச்சவாலை நாம் சர்வதேச அளவுக்குக் கொண்டு சென்றிருக்கின்றோம். தி ஹேக்கிலுள்ள சர்வதேச நீதிமன்றத்தில் அது கருத்துக்காக வைக்கப்பட்டுள்ளது. PLOவை நமது ஆய்வு நிச்சயமாகச் சென்றடைந்திருக்கும் என்று நம்பலாம். ஆனால் நமக்குத்தான் பொறுப்பானச் செய்தி வந்தடையவில்லை. அநேகமாக, நான் கபடமின்றி யோசிக்கின்றேன். சாலையமைப்புத் தடுப்புத் திட்டத்தை அவர்கள் அறிந்திருக்கும் பட்சத்தில், அதை ஆயுதப்போராக நடத்துவதற்குத் திட்டமிட்டிருக்கலாம். ஆக்கிரமிக்கப்பட்டப் பகுதியில் வசிப்பவர்களின் குரலைக்கேட்க மறுக்கும் தலைமையின் செயல்பாடு, 1948—ல் அரேபியர்கள் மேற்குக்கரையில் நின்றுகொண்டு கத்தியது போலத்தான். அந்தக் குரல்களை நாங்கள் கேட்கத் தவறிவிட்டோம்.

2013, ஜுலையில் இருபுறத்திலும் ஒன்றுக்கொன்று

ஏறுக்குமாறான எண்ணிக்கை கொண்ட இஸ்ரேலிய — பாலஸ்தீனப் பிரதிநிதிகளின் பேச்சுவார்த்தை, அமெரிக்கப் புரவுடன், பூட்டியக் கதவுகளுக்குப் பின்னால் தொடங்கியது. அங்கே எதிர்பார்ப்பு அளிக்கும் வகையில் சர்வதேச விதிகள் எதுவும் செயல்முறைப்படுத்தப்படவில்லை. பாலஸ்தீனியர்களின் வாழ்க்கைத் தொடர்பானச் சம்பவங்கள் யாவும், பாலஸ்தீனிய நிர்வாகத்தின் கீழிருப்பதுபோல, இஸ்ரேல் நுட்பமாகக் காட்சிப்படுத்தியது. வலுவான மூன்றாவது தரப்பு உட்புகுந்து, நியாயத்தைப்பேசி நான்காவது இருதரப்பையும் ஜெனிவா மாநாட்டுக்கு வரவழைக்கத் தயாராக இருந்ததா? அப்படியானதொரு வாய்ப்பு அங்கிருந்ததா? இஸ்ரேல் வலுக்கட்டாயமாக அதிலிருந்து தன்னைத் திரும்பப் பெற்றுக்கொண்டதுடன், தான்செய்த சட்டவிரோதமான எல்லாச் சம்பவங்களையும் மறுதலித்து விட்டது. மூன்றாவது தரப்பு, ஒருபுறமாகச் சாய்ந்து கிடந்தது. ஓட்டெடுப்பில் 1967க்கு முன்பானப் போர்நிறுத்தத்தை விலக்கிக்கொண்டதற்கு, யூத குடியேற்றங்களை ஒப்புக்கொண்டபோதிலும் இஸ்ரேல் தரப்பில் எதிர்ப்பு தெரிவித்தார்கள். அங்கிருந்தப் பார்வையாளர்கள் அத்தனைபேருமே கவனித்தார்கள். இஸ்ரேலியத் தலைவர்கள் எல்லோருமே, பாலஸ்தீனியத் தலைவர்கள் ஒத்துக்கொண்டதற்கும் கீழே குறைந்தபட்சத்திலும் குறைவே தர முன்வந்தார்கள்.

இதை முடிவுக்குக் கொண்டுவர என்ன செய்ய வேண்டும்? நான் கரடுமுரடான இரண்டு அணுகுமுறைகளை முன்வைக்க விரும்புகின்றேன். சர்வதேச விதிகளைப் பொருத்திச் செயல் படுவதில் இஸ்ரேல் தோல்வியடைந்ததை, கட்டாயமாக ஒப்புக்கொள்ள வைக்கவேண்டும். அது, ஆக்கிரமிப்புப் பகுதியில் நுழைந்த நாள் முதலிலிருந்து துல்லியமானப் பொருளாதார விலையை நிர்ணயிக்கத் தொடங்கவேண்டும். அமைதியின் மூலம் இந்தப்பலன்களைப் பெறமுடியுமா என்று பார்ப்பதும் மிகத்தேவையானது. 1967ஆம் ஆண்டு போரில் வெற்றி பெற்றதிலிருந்து இந்தநிமிடம் வரை, அதனிடமிருந்து நன்னிலையுணர்வின் அறிகுறி தென்படவேயில்லை. போர் முடிவின் போது, அந்நாட்டின் பாதுகாப்பு அமைச்சர் மோஷே தயான் சொன்னது, இன்னும் அவர்களின் நம்பிக்கையாகத் தொடர்கின்றது: இஸ்ரேல், இப்போது ஒரு சாம்ராஜ்ஜியம். ஏன், இந்த சாம்ராஜ்ஜியம், உலகிலேயே மிகப்பெரிய அளவில் ஆயுதங்களை ஏற்றுமதி செய்யும்

நாடுகளில் ஆறாவது இடத்திலிருக்கின்றது. இது, சர்வதேச விதிகளுக்குப் பொருந்தியதா? இந்த நேரத்தில் வெளிநாட்டு முதலீடுகளைத் திரும்பப் பெறுதல், அதன் இயக்கத்தினைத் தடுத்தல் போன்றவை மிகமுக்கியமானத் தந்திரங்கள் என்று எனக்குப்படுகின்றது. நான் எதையும் மிகைப்படுத்தவில்லை. பிரச்சனைகளிலிருந்து விடுபட, இவைதான் எனக்குத் தெளிவுபடத் தோன்றுகின்றன. அதேவேளையில், சர்வதேச விதிகளை அமலாக்கத் தொடங்கினால், இவற்றையெல்லாம் அழைக்க, நான் சட்டத்தை மீறுபவனல்ல. முட்டாள் அல்லது குற்றத்தொடர்பானவனோ அல்ல.

சமீபத்தில், கூட்டாண்மை நிறுவன விதிகளுக்கு உயிர்த் தரும் வகையில், பல ஐரோப்பிய வங்கிகளும் நார்வேஜியன் அரசின் வைப்புநிதி நிறுவனமும் இஸ்ரேலியக் கம்பெனிகளி லிருந்து தங்கள் முதலீடுகளைத் திரும்பப்பெறத் துவங்கியுள்ளன. Norwegian Council on Ethics இஸ்ரேலிய நிறுவனங்களிலிருந்து விலகிக்கொள்ள பரிந்துரை செய்திருக்கும் ஷரத்துகளில், 'போரின்போது, தனிமனித உரிமைகளில் கடும் வன்முறையைச் செலுத்தியதாலும், கிழக்கு ஜெருசலக் குடியேற்றக் கட்டு மானங்களில் பிரச்சனைகளைச் செய்ததாலும்' என்று குறிப்பிட் டிருக்கின்றது. ஆக்கிரமிப்பு விவகாரத்தில் சர்வதேச விதிகளின் அடிப்படையைக்கூட மாற்றம் செய்யாமல் இருந்ததால், அரைநூற்றாண்டு காலத்துக்கும் மேலாக இயங்கிவந்த நிறுவனங்களின் முதலீடுகளும் திரும்பப் பெறப்பட்டு வருகின்றன. ஐரோப்பா மட்டும் ஏன் இப்போது, இஸ்ரேல் விதிகளை மீறியதாக புதிதாகக் கண்டுபிடித்திருக்கின்றது?

வெளிநாட்டு மூலதனங்கள் திரும்பப்பெறுவது தொடர்ந் தால், பெஞ்சமின் நெடன்யாஹு 2014 பிப்ரவரியில் அறிவித்தது போல மட்டுமீறிய நம்பிக்கைக்கு உள்ளாகி விடுவார். அப்போது அவர் சொன்னதாவது, 'உலகநாடுகள் முழுவதும் இஸ்ரேலின் உயர்தொழிற்நுட்பப்பொருட் களுக்கு தேவையிருக்கின்றது. அப்பொருட்கள் வெளிநாட்டு மூலதனங்கள் திரும்பப் பெறுவதை நிரவி, நாட்டை அதிகாரப்படுத்திவிடும். வெளிநாட்டு மூலதனங்கள் திரும்பப் பெறுவது என்பது ஒரு வழிமுறைதான். அது எதையும் இறுதிப்படுத்தாது. அந்த ஆய்பொருள் கோபத்திலிருந்தும், எரிந்துகொண்டிருக்கும் விலக்கல், பிரிவினை, தனிநிலை ஆகிய பெருவெறுப்புகளிலிருந்தும் மீளுவதற்கான ஓர் ஏற்பாடு. சர்வதேச விதிகளை இஸ்ரேல் பொருத்தத்

தொடங்கினால், ஒரு நாடு, இரண்டு நாடு, அல்லது இந்த பிராந்தியத்தில் கூட்டமைப்பிலுள்ள மற்றநாடுகள் எல்லாமே, பொதுமக்கள் வாக்கெடுப்பின் மூலம் தங்கள் பிரச்சனைகளைத் தீர்த்துக்கொள்வார்கள். மேலும், மக்களின் உரிமைகள் ஒருமுறை அங்கீகரிக்கப்பட்டுவிட்டால், அனைத்து விதமானச் சாத்தியங்களும் திறப்பதற்கு ஏதுவாகிவிடும்.

1993—ல், ஒவ்வொன்றும் எத்தனை சீக்கிரமாக மாறுகின்றது என்று நினைத்திருக்கின்றேன். ஒஸ்லோ உடன்பாடு கையெழுத்தாவதற்கு கொஞ்சம் முன்பு, இளம் பாலஸ்தீனியர்கள் தங்கள் உயிர்போகும் இறுதிநாள்வரை, இஸ்ரேலுக்கு எதிரானப் போரைத் தொடர்வோம் என்று சொன்னார்கள். அந்த ஒப்பந்தம் கையெழுத்தானதும் அவர்களுக்குள் நம்பிக்கைக் கீற்றுகள் ஒளிர்ந்து, அவர்களின் குரல் மாறிப்போய்விட்டது. அவர்கள் சொன்னதைக் கொஞ்சம் கேளுங்கள்: Yikhirbbeit el hjar. 'கல்லெறிவது நரகத்துக்குப் போகட்டும்'. அதற்குமுன்பு அவர்கள் தங்கள் பாதுகாப்புக்குச் சொன்னது. அவர்கள் நல்ல எதிர்காலத்தை விரும்புவதாகவும், அதற்கொரு வாய்ப்பாக இஸ்ரேலியர்களுடன் இணைந்து, அமைதியாக வாழவிரும்புவதாகவும் சொன்னார்கள். அவர்களில் முக்கியமானவர்களெல்லாம், பொருளாக்க மாறுபாடுகளால் அங்கே போய் விட்டார்கள். அவர்கள் நம்பிக்கை வைத்த பதே தலைவர் மர்வான் பர்கௌதி, அந்த நேரத்தில் தனது முப்பதுகளில் இருந்தார். இப்போது அவர், இஸ்ரேல் மீது முக்கியத் தாக்குதல்கள் தொடுத்ததற்காக, பல ஆயுள் தண்டனைகளை அனுபவித்து வருகின்றார். தங்கத்தருணப் போராட்டமான, முதல் எழுச்சியின்போது, இளைஞர்கள் பெருமதிப்பென்று திரட்டியது, தவறாகிப் போனது. அவர்களுக்கு நாங்கள், தோற்றுப்போன தலைமுறையினர்.

கண்ணியம், ஒற்றுமை மற்றும் தண்டனைக் குடியேற்றம்

எட்வர்ட் செய்த்

(2003)

உதவவியலாத உடல்ரீதியான அசௌகரிய உணர்வுகள் நிரம்பிய, நீண்டகாலமது. என்றபோதிலும் அதையெல்லாம் தாண்டி, பகுத்தாய்கின்ற மனத்தெளிவு, ஆமாம்... மனத்தெளிவு நிறையவேயிருக்கின்றது. கடந்த சிலமாதங்களாக, மருத்துவமனையிலும் வெளியிலுமாக நானிருக்கின்றேன். அந்தநெடிய நாட்கள், தொடர்ந்த சோதனைகளாலும் இரத்த மாற்றுகை செயல்களாலும் சகிக்கமுடியாத வலியைத் தருவனவாகியிருக்கின்றன. முடிவற்ற சோதனைகளால் நேரத்தை, திரும்பப்பெறமுடியாத அளப்பரிய நேரத்தை, எல்லைத்தாண்டிச் செலவிட வேண்டியதாக இருக் கின்றது. நோய்த்தொற்றும், களைப்பும், உயிர்ப்பையும், ஆர்வத்தையும் வடியச் செய்பவையாகியிருக்கின்றன. சாதாரண வேலை களைச் செய்வதற்கே இயலவில்லை. அதனால் சிந்தனை, சிந்தனையென, சிந்தித்துக் கொண்டிருக்கின்றேன்.

என் மனத்தெளிவுக்கும் பட்டறிவுக்குமிடையே அர்த்தப் பூர்வமான விவாதங்கள் நடந்து கொண்டிருக்கின்றன. அதன்மூலமாக, அன்றாட வாழ்வின் காட்சித்தெளிவைப் பெறமுடிகின்றது. உடல்ரீதியாக இயங்கி, எதையும் செய்யமுடியாதபோதும், பல்வேறு விஷயங்களிலிருந்து தெளிவைப்பெற உடல் அனுமதிக்கின்றது. பாலஸ்தீனத்திலிருந்து வரும் செய்திகளை வாசிக்கின்றேன். தொலைக்காட்சிப் பெட்டிகளில் தெரியும் பெரும் திகிலை உண்டாக்குகின்ற, கோரமரணங்களின் படங்களும், சிதைவுகளும் எனது

அனுபவத்தில் அகலவியலாதத் திகைப்பையும், மலைப்பையும் தந்து கொண்டிருக்கின்றன. இந்தவிவரங்களின் மூலமாக, இஸ்ரேல் அரசாங்கத்தின் கொள்கைகள் என்னவென்பதை அனுமானம் செய்கின்றேன். குறிப்பாக, ஏரியல் ஷரோனின் எண்ணம் என்னவாக இருக்கும் என்பதை யூகிக்கின்றேன். காஸா மீது, ஷரோனின் எஃப்—16 விமானங்களிலொன்று குண்டுமழை பொழிந்து, ஏதுமறியாத ஒன்பது குழந்தைகள் இறந்தபோது, அந்த விமானத்தை இயக்கிய ஓட்டிகளை, ஒய்யாரப் பேச்சால் வாழ்த்தியதையும், அச்சம்பவம் இஸ்ரேலுக்கு மிகப்பெரிய வெற்றி என்று புகழ்ந்ததையும்கொண்டு, முன்னெப்போதும் இல்லாத அளவுக்கு, நோய்க்கூறுக்கு உள்ளாகியிருக்கும் ஷரோனின் சிந்தனை குறித்து, தெளிவாக ஒரு முடிவுக்கு வரமுடிகின்றது. மோசமான அவரது திட்டங்கள், உத்தரவுகளால் மட்டுமல்ல, மற்றவர்களின் எண்ணங்களில் எப்படி அதை உட்புகுத்தி, அவர்களையும் அதே அழிவையும் குற்றத்தையும் நோக்கி மட்டுமே சிந்திக்க வைக்கின்றார், என்பதும் புலனாகின்றது. இஸ்ரேலிய அதிகார மூளைகளுக்குள் அது புகும்போது, ஷரோனுக்குப் பலனுள்ளதாக ஆகிவிடுகின்றது. இல்லாது போனால், அதுவொரு அனுபவமாக மாறிவிடுகின்றது.

மேற்கில், ஏதேனும் ஒருவகையில், இதுபோல போதிக்கப்படாத கவனம் திரும்பத்திரும்ப பாலஸ்தீன் தற்கொலைப் படை மீது செலுத்தப்படுகின்றது. உண்மையில் அது, பெரும் உருக் குலைவையும், முற்றிலும் இருளையும் உண்டாக்கியிருக்கின்றது: ஒவ்வொரு இஸ்ரேலிய அதிகாரியும் திட்டமிட்டு, முறையாக, ஒழுங்குபடுத்தப்பட்ட ஷரோனிய ஆவியாக மாறியிருக் கின்றனர். குறிகொண்டு, திட்டநோக்குடைய கருதுதலுடன், உளமார்ந்த உணர்வுப்போக்கில், நிதானித்த முறையில், அவர்கள் பாலஸ்தீனிய மக்களை அணுகுகின்றனர். தற்கொலைப் படை என்பது கண்டிக்கத்தக்கதுதான். ஆனால் அது, குறைகூறமுடியாத அளவுக்கு நேரடியானதாக இருக்கின்றது. பல்லாண்டுகளாக, நெறியற்ற வழியில் நடத்தப்படுவதாலும், அதிகாரமின்மையாலும், நம்பிக்கையிழப்பின் மனக்கசப்பான முடிவினாலும், உளப்பூர்வமான வகையில் உருப்பெற்றத் திட்டமாக, அது இருக்கின்றது என்பது, எனது கருத்து. சிறிய அளவிலான எண்ணிக்கையில் அராபியர்கள் அல்லது முஸ்லிம்கள் இதுபோன்ற மனப்போக்குடன் வன்முறையில் ஈடுபடுகின்றனர். ஷரோன் விரும்புவது பயங்கரவாதத்தைத்தான். அவரின் விருப்பம் ஒருபோதும் அமைதி அல்ல. பயங்கரவாதத்தை உருவாக்குவதற்கு, தனது

அதிகாரத்தைக்கொண்டு எதையும் அவரால் செய்யமுடியும். ஆனால், அது விளைவிக்கும் பேரச்சம், பாலஸ்தீனியர்களின் வன்முறை, ஒடுக்கப்பட்ட மக்களின் துணிந்து போராடுகின்ற பயமில்லாத மூர்க்கம், அது ஏற்படுத்தும் வேதனைகள், துயரங்களுக்கு எதிருணர்வு சூழ்நிலைப் பொருத்தமாக மாறிவருகின்றது: பார்ப்பதற்கு அதுவொரு தோல்வியாகத் தெரிந்தாலும், அது மனிதநேயத்தின் தோல்வி. அச்சூழிசைவு வன்முறை, ஷரோனின் பயங்கரவாதத்தை எந்தவகையிலும் குறைத்துவிடாது. அதேவேளையில் அது, குறைந்தபட்சம் அதன் உண்மை வரலாறாகவும், புவியலாகவும் அமையும்.

இந்தநொடிவரை நல்லொழுக்கமுடைய பாலஸ்தீன மக்கள், தங்களை இஸ்ரேலுக்கு எதிரான பயங்கரவாதத்தில் — ஆமாம்... பயங்கரவாதத்தில் — ஈடுபடுத்திக் கொள்ளவில்லை. இத்தனைக்கும் கொடிய, இயைவுக்குப் பொருந்தாத, முரண் பாடான வன்முறையை, இல்லாத தூயவாதப் பின்னணியில் நின்றுகொண்டு, முப்பதுலட்சம் பாலஸ்தீனியக் குடிமக்கள் மீது இஸ்ரேல் கட்டவிழ்த்துவிட்டிருக்கின்றது.

இஸ்ரேல் மிகச் சாதுரியமாக, தனது நடைமுறைக் கொள்கையைச் செயல்படுத்துவது பற்றி மட்டும் நான் பேசவில்லை. இந்தச்சுரண்டலுக்கு இணையாக, அமெரிக்க ஐக்கிய நாடும் பயங்கரவாதத்துக்கு எதிராகப் பிரச்சாரத்தை மேற்கொண்டு வருகின்றது. அதேவேளையில் இஸ்ரேல் என்னவோ பயங்கரவாதத்தையே அறியாததுபோலவும், பயங்கரவாதத்தில் ஈடுபடாதது போலவும், அதுசெய்த எதையுமே அமெரிக்கா பேசுவதில்லை. நுட்பமாக மறைத்துவிடுகின் றது. ஒருசமூகத்துக்கு எதிராக, தொலைக்காட்சிகளில் இரவு முழுவதும் அதன் நேயர்களைக் கொடுமைப்படுத்தி மன வேதனைக்கு உள்ளாக்கும் அற்புதங்களாக, பயங்கரவாதத்தை விரிவாகக் காட்சிப்படுத்தும் போக்கு, புவியின் மீதுள்ள எந்தநாட்டிலும் காணக்கிடைக்கும் என்று நான் கருதவில்லை. இந்தக்கொடூரம் ஜார்ஜ் டபிள்யூ. புஷ் வடிவமைத்த பயங்கரவாதத்துக்கு எதிரானப் பிரச்சாரத்தின் அடிப்படையில், அமெரிக்கக் கனவுருப் புனைவாற்றலை பல்கிப்பெருக வைத்து, அசாதாரணமானச் சூழல்களில் நிலைநாட்டும் திட்டமிடலின்படி உருவாக்கப்பட்டது. அது உண்டாக்கக்கூடிய அழிவு, சிறிய அளவிலும் வெளித்தெரிந்துவிடாதவாறு கவனமாகப் பார்த்துக் கொள்ளப்படுகின்றது. அமெரிக்கச் சிந்தனையாளர்களில் கூரறிவுடைய பலர் — அவர்களின் அறிவு எப்போதோ பழுதுபட்டுவிட்டது — நேர்மையற்றத் தவறானப் பிரச்சாரங்களுடன் இறங்கியுள்ளனர். அமெரிக்கா,

தனது வல்லாதிபத்தியக் கொள்கைக்கு ஆதரவாக, அவர்களை களமிறக்கிவிட்டிருக்கின்றது. அவர்கள் அன்பாகப் பேசுவதுபோல, போலியாக நாடகமாடுகின்றனர். இஸ்ரேலிய சமூகத்தின் கொள்கைகளை உருவாக்கும் அவ்வறிவுச் சிந்தனையாளர்கள் பல்வேறு முக்கியக் கழகங்களில் பணியமர்த்தப்பட்டிருக்கின்றனர். முன்னாள் ராணுவத்தினரை பாதுகாப்புத் தொடர்பானப் பணிகளிலும், மக்கள் தொடர்புப் பணிகளிலும் உட்புகுத்தியுள்ளனர். எல்லாமே இஸ்ரேலின் பாதுகாப்புத் தேவையையொட்டி, நியாயம்பேசி, மனிதமற்ற, கொடூரமானக் கொள்கைகளை இணங்கி ஏற்கச் செய்வதற்கு அடித்தளங்களை உருவாக்குகின்றது.

இன்று இஸ்ரேலின் பாதுகாப்பு மட்டுமீறி, புராணக்கதைகளில் வரும் காட்டு விலங்கின் முரட்டு பலத்துடன் இருக்கின்றது. ஒற்றைக்கொம்பு கொண்ட குதிரை வடிவிலான கற்பனை விலங்கின் முடிவற்ற வேட்டையில், ஒருபோதும் கண்டறியப்பட முடியாத, எல்லையற்ற எதிர்காலத் திட்டங்களில், இஸ்ரேல் தன்னை ஈடுபடுத்திக் கொண்டிருக்கின்றது. அது ஒருவேளை தனது பாதுகாப்பைக் குறைத்துக்கொள்ளும் அரிதான நற்குணத்தைப் பெற்றாலும், அதன் அண்டைநாடுகளால் எத்தருணத்திலாவது அதை நம்பி, ஏற்றுக்கொள்ள முடியுமா? நிலை இவ்வாறிருக்க, அறமுறையிலான... நேர்மையுணர்வுக்குரிய உலகில் வாழும் யாரால், அதை சவாலுக்கு அழைக்கமுடியும்? நிச்சயமாக முடியாது. அரேபிய மற்றும் பாலஸ்தீனத் தலைவர் கள் கடந்த முப்பது ஆண்டுகளாக, இஸ்ரேலின் 'பாதுகாப்பு'க் காக எல்லாவற்றையும் விட்டுக் கொடுத்தவர்களாக இருந்திருக்கின்றார்கள். எதுகுறித்தும், கேள்விகேட்பார் எவருமின்றிப் போனதால் அதுவே, தான் கொண்டிருக்கும் அணுசக்திப் படைக்கலத்தால், தனது ஆகாயப் படை களால், அமெரிக்க ஐக்கிய நாட்டின் வரிசெலுத்துவோரால் விநியோகிக்கப்பட்ட எண்ணிக்கையற்ற கடற்படை மற்றும் தரைப்படை இராணுவ வீரர்களைக்கொண்டு, உலகில் வேறெந்த நாடும் செய்யாத, செயற்கரியச் செயலான பாலஸ்தீனிய மற்றும் அரேபியப் பரப்பெல்லையின் பரிமாண அளவை, அழிபாட்டுக் குள்ளாக்கும் தைரியத்தை இஸ்ரேலுக்குக் கொடுத்துவிட்டது. இதன்முடிவாக, ஒவ்வொரு நாளும், ஒவ்வொரு நிமிடமும் மறைந்துவாழும் வாழ்க்கையே பாலஸ்தீனியர்களுக்கு விதிக்கப்பட்ட இயல்பு சம்பவங்களாகிவிட்டன. மிக முக்கியமாக, விடுவிக்கமுடியாத தற்பாதுகாப்பு முறையை அவர்கள்

மேற்கொள்ள வேண்டியிருக்கிறது. ஷரோனுக்கும் ஷரோனின் செயல்களைப் பூசிமெழுகும் ஜார்ஜ் டபிள்யூ. புஷ்ஷுக்கும் பொருந்திப்போகும் பயங்கரவாதத்தை, பயங்கரவாதக் கட்டுமானத்தை, பயங்கரவாதப் பேணிடத்தை, பயங்கரவாத ஆயுதத் தொழிற்கூடங்களை, பயங்கரவாத சந்தேக நபர்களை என்று பாலஸ்தீனியர்கள் தொடர வேண்டியிருக்கிறது. பயங்கரவாதம் குறித்தக் கருத்தேற்றம் அவர்களின் சொந்த வாழ்வில், அவர்களால் சட்டப்பூர்வமாகவும், ஆதாரங்களின்றி மறுசட்டப்பூர்வமாகவும், நியாயப்படி அல்லது பொதுப்புத்தியில் பிரச்சனையாக எடுத்துக்கொள்ளப்பட்டிருக்கின்றது.

ஆப்கானிஸ்தான் சூறையாடல் ஒரு பக்கத்தில் எடுத்துக் காட்டாக ஆகியிருக்கின்றது. மறு பக்கத்தில் இங்கே, ஏறக்குறைய 100 பாலஸ்தீனியர்கள் படுகொலை செய்யப்பட்டிருக்கின்றார் கள். ஆயிரக்கணக்கான பாலஸ்தீனியர்களை இஸ்ரேலியத் துருப்புகள் சந்தேகக் கைதிகளாகச் சுற்றிவளைத்துப் பிடித்து, சிறையில் அடைத்து வைத்திருக்கின்றது: 'கொல்லப்பட்ட இந்த மக்கள் உண்மையிலேயே பயங்கரவாதிகள்தானா?' என்று யாருமே கேள்வி எழுப்பவில்லை. அல்லது அவர்கள் பயங்கரவாதிகள் என்று நிரூபணம் செய்யப்பட்டதா? அல்லது அவர்கள் எந்த இடத்தில் பயங்கரவாதிகளாகச் செயல்பட்டார்கள். அவர்கள் அத்தனைபேருமே ஆபத்து விளைவிக்கக் கூடியவர்கள் என்று போலியாக, எதிர்ப்பு எதுவுமின்றிப் புனைந்து கொல்ல(ள்ள)ப்பட்டவர்கள். இதற்கெல்லாம் உங்களுக்குத் தேவை தருக்கு நிறைந்து, அருவருப்பாகப் பேசக்கூடிய ரானான் கிஸ்ஸின், அவி பாஜ்னர் அல்லது டோர் கோல்ட் போன்ற ஒரு செய்தித்தொடர் பாளன் அல்லது இரண்டுபேர். மற்றும் வாஷிங்டனில் இடைநிறுத்தமில்லாது வாதம்செய்து தன் பக்கத்து அறியாமையை, மடமையை நிறுவமுயலும் ஏரி ஃப்ளெய்ஷெர் போன்றவர்கள். கேள்விகளின் இலக்குகள் எல்லாமே எந்தவொரு சந்தேகமுமின்றி, மறுத்துரைப்புகளின்றி நல்ல படியாகச் செத்துவிடும். எந்தவொரு நிரூபணமோ அல்லது நுண்கூறுபாடுகள் எதுவும் தேவையில்லை. பயங்கரவாதமும் அதன் ஊன்றிய வெறிக்கருத்தும் ஒருகுறிக்கோளோடு பின் தொடர்ந்து, எந்தவொரு வாய்ப்பையோ அல்லது எந்தவொரு செய்தியையும் சொல்வதற்கு ஒரு சந்தர்ப்பத்தையோ வழங்காமல், படுகொலைகளையும், மெள்ளச்சாவுகளையும் ஒரு முழுவட்டமாக்கிவிடுகின்றது.

இஸ்ரேலிய ஊடகங்களில் தரமான, நேர்மையானப் பொதுவிவாதங்கள் கடுமையாக மறுக்கப்படுகின்றன.

என்றபோதிலும் அமிரா ஹாஸ், கிடியோன் லிவி, அமோஸ் ஏலன், தான்யா லெய்போவிட்ஜ், ஜெஃப் ஹால்பர், இஸ்ரேல் ஷமீர் உள்ளிட்ட சில துணிச்சல்மிக்கப் பத்திரிகையாளர்கள் மற்றும் எழுத்தாளர்களின் கருத்தாய்வு முடிவுகளும், அறிக்கைகளும் விதிவிலக்காக இருக்கின்றன. நாட்டுப்பற்றும் அரசாங்கத்துக்குத்தரும் ஆய்ந்தோய்ந்து பாராத கண் மூடித்தனமான ஆதரவும், சந்தேகங்களையும் அதன் பிரதிபலிப்புகளையும் நீதிமுறைக்குக் கட்டுப்பட்ட நல்லுணர்வுகளையும் அகற்றிவிடுகின்றது. இஸ்ரேல் ஷஹாக், ஜேக்கப் தால்மன் மற்றும் யேஹோஷுவா லெய்போவிட்ஜ் போன்ற அறிவுஜீவிகளுடன் அந்தநாட்கள் போய்விட்டன. இப்போதும் குறிப்பிடும்படியான சில இஸ்ரேலியக் கல்வியாளர்கள்... அறிவுஜீவிகளான ஜீவ் ஸ்டெர்ன்ஹெல், யூரி அவ்னெரி மற்றும் இலான் பாப்பே ஆகியோரை உடனடியாக என்னால் நினைத்துப் பார்க்க முடிகின்றது. அமைதியை நிறுவுவதற்கும் அல்லது இஸ்ரேலிய அதிகாரத்தின் வேகத்தை மட்டுப்படுத்துவதற்கும், 'பாதுகாப்பு மற்றும் பயங்கரவாதம்' என்ற மூளைச்சோர்வுடைய அடிப்படையற்ற வாதங்களிலிருந்து வெளியேற்றவும் அவர்கள் போதுமான அஞ்சாநெஞ்சுடையவர்கள்தான். குற்றங்கள் நாளுக்குநாள் இஸ்ரேலின் பெயராலும், யூத மக்களாலும் தொடர்ந்து கொண்டேயிருக்கின்றன. ஆனால் அறிவுஜீவிகள் நடவடிக்கைகளைத் திரும்பப் பெறுவதற்கு, பலனற்ற வியூகங்களை அல்லது கூட்டிணைவாக்கப்பட்டக் குடியேற்றங் களை அல்லது நேர்மைக்கேடான வேலியைக் கட்டலாமா எனப் பொதுவில் பொருத்துகின்றப் பேச்சுவார்த்தைகளாகப் பேசிக்கொண்டேயிருக்கின்றனர். நவீனவுலகில், பல லட்சம்பேரை இது போன்று கிறுக்குத்தனமாக வேலிக்குள் அடைக்கும் எண்ணம், எப்படி மெய்யுணர்வாக்கப்படு கின்றது? பொல்லாங்கு விளைவித்த தென்னாப்பிரிக்க இன ஒதுக்கீட்டுக் கொள்கைக்கு எதிராகத், தெளிவான ஐயப்பாட்டிற்கு இடமில்லாதவகையில், நேரடியாகத் துல்லியமானக் குரல் கொடுத்த வெள்ளை எழுத்தாளர்களான நாடின் கோர்டிமைர், ஆண்ட்ரே பிரிங்க், ஏதோல் புகார்ட் ஆகியோருக்குச் சமமாகப் பாவிக்கப்பட்ட இஸ்ரேலிய எழுத்தாளர்கள் எங்கே? திரும்பத் திரும்ப இஸ்ரேலிய அதிகாரிகள் செய்துவரும் பரப்புரைகளால், எழுத்தாளர்களின் படைப்புகளும் நிறுவனங்களின் பொதுவிவாத அறிக்கைகளும் மூழ்கடிக்கப்பட்டுவிடுகின்றன. இக்குறிப்பிட்டச் சூழ்நிலையில், அவர்கள் இஸ்ரேலில் இல்லாமல் இருக்கின்றார்களோ? கல்வி நிறுவனங்களிலுமிருந்தும் முதல்தரமான எழுத்துகளும்

எண்ணங்களும் வருவதும் காணாமல் போய்விட்டது.

இஸ்ரேலின் செயல்பாடுகளுக்குத் திரும்புவோம். ஷரோனின் நெகிழா நெஞ்சழுத்தம் கடந்த சில ஆண்டுகளாக, எண்ணவோட்டத் திட்டமாக தேசத்தைக் கவ்விப் பிடித்திருக்கின்றது. அது துடைத்தழித்தலுக்குக் கொஞ்சமும் குறைவில்லாமல், மெதுமெதுவாக எல்லா மக்களையும் திட்டவட்டமான ஒழுங்குமுறையில் மூச்சுத்திணறடித்து, அப்பட்டமாக ஒவ்வொரு நாளும் கொலைகளைச் செய்து வருகின்றது. காப்காவின் பிரசித்திபெற்றக் கதையான, 'In the Penal Colony'யில் மனம்போகின்ற பித்துநிலையில் செயல்படும் ஒரு அதிகாரி, சிறைபட்டவனின் உடம்பெங்கும் விசித்திரமான ஒரு இயந்திரத்தின் எண்ணற்ற ஊசிகளைக் கொண்ட ஒரு உபகரணத்தால் எழுதி, சித்திரவதை செய்வான். அதன் மூலமாக உடம்பிலிருந்து இரத்தம் வெளியேறி கைதி மரணத்துக்குத் தள்ளப்படுவான். இதுதான் ஷரோன் மற்றும் அவரது அதிகாரிகள் எதிர்ப்பைக் காட்டும் பாலஸ்தீனியர்கள் மீது செயல்படுத்தும் எண்ணமாக இருக்கின்றது. ஒவ்வொரு பாலஸ்தீனியனும் ஒவ்வொரு சிறைக்கைதியாக ஆகியிருக்கிறான். காஸா மூன்று பக்கமும் மின்சார வேலியால் சூழப்பட்டிருக்கின்றது; விலங்குகளைப் போல சிறைவைக்கப்பட்டிருக்கின்றான். காஸாவைச் சேர்ந்த யாராலும் எங்கும் நகரமுடியாது. வேலைசெய்ய முடியாது. தங்களின் காய்கறியையோ, பழங்களையோ விற்பனை செய்ய முடியாது. பள்ளிக்கூடத்துக்குச் செல்லமுடியாது. அவர்கள் ஆகாயவெளியில், பறக்கும் இஸ்ரேலியப் போர் விமானங்களுக்கும் ஹெலிகாப்டர்களுக்கும் அடையாளம் காட்டப்படுவார்கள். தரையில், பீரங்கிகளாலும் இயந்திரத் துப்பாக்கிகளாலும் வான்கோழிகளைப்போல சுட்டுத்தள்ளப்படுவார்கள். தூங்குபவர் மீது ஏறி உட்கார்ந்து திக்குமுக்காடச்செய்யும் பேயுருபோல, வறுமையாலும் பட்டினியாலும் வாடும் காஸாவைச் சேர்ந்த ஒவ்வொருவனும் அதுபோலொரு கதையை தன்னிடம் வைத்திருப்பான். கீழ்மைப்படுத்தும் கதை, தண்டனைக் கதை, வயது, பால் மற்றும் உடல்நலம் குறித்து அக்கறையில்லாமல் சகிக்கமுடியாத நலிவை ஏற்படுத்தும் ஆயிரக்கணக்கானத் துருப்புகள் நடந்து கொண்ட கதை. மருத்துவ விநியோகம் எல்லைப்புறத்திலேயே தடுக்கப்பட்டுவிட்டது. அவசர ஊர்திகள் தீ வைக்கப்பட்டுவிட்டன. அல்லது தடுக்கப்பட்டுவிட்டன. நூற்றுக்கணக்கான வீடுகள் இடித்துத் தரைமட்டமாக்கப் பட்டுவிட்டன. நூறாயிரக்கணக்கான மரங்கள், விவசாய

நிலங்கள் மக்களுக்கு எதிரானக் கூட்டுத்தண்டனையில் அழித்தொழிக்கப்பட்டன. அந்த மக்களில் பலர் 1948 — ல் இஸ்ரேல் நடந்திய அழித்தொழிப்பில் அகதிகளாக்கப்பட்டவர்கள். பாலஸ்தீனியர்களின் சொற்பட்டியலிலிருந்து ‘நம்பிக்கை’ பிரித்து அகற்றப்பட்டுவிட்டது. அவர்களிடம் எதிர்ப்பு மட்டுமே மிச்சமுள்ளது. கடந்த 35 ஆண்டுகளாக, நிரந்தர ஆக்கிரமிப்பில் இருக்கும் ஷரோன் மற்றும் அவரது ஏவலர்களின் பயங்கரவாதத்தை அகற்றும் கொடுமைக் குத்தல்பேச்சு தொடர்ந்து கொண்டேயிருக்கிறது. இவ்வாறான அவர்களின் பிரச்சாரம், மனிதப்பண்பற்ற தண்டனைக்குரிய ஈனச்செயல், சரியாகச் சொன்னால் பாலஸ்தீனியர்களை மேலும் வலுப்படுத்தவே செய்யும். ஆனாலும் அவர்களின் எதிர்ப்பு, ஷரோனின் மூடிய எண்ணங்களுக்குள் அவ்வளவு எளிதாக ஏறிவிடுவதாக இல்லை.

மேற்குக்கரையை 1,000 இஸ்ரேலிய பீரங்கிகள் சூழ்ந்திருக்கின்றன. அவற்றின் திட்ட மெல்லாம் ஏவுகணைகளை வீசி, அப்பகுதியை முற்றிலும் அழித்தொழிப்பதும், மக்களை அச்சத்தில் ஆழ்த்துவதும்தான். ஊரடங்குச் சட்டம் இரண்டு வாரங்களுக்கும் மேலாக, இடையில் சிறிதளவு தளர்வும் இல்லாமல் நீடித்துக் கொண்டிருக்கின்றது. பள்ளிக்கூடங்களும் பல்கலைக் கழகங்களும் மூடப்பட்டுக் கிடக்கின்றன. அல்லது அங்கே போவதற்கு வழியில்லாமல் இருக்கின்றது. முக்கியமான ஒன்பது நகரங்களுக்கிடையில் யாராலும் பயணிக்க முடியாத அளவுக்கு நிலைமை இருக்கின்றது. நகரங்களுக்கிடையில் மட்டுமல்ல, அந்தந்த நகரங்களுக்குள்ளும் பயணிக்க இயலாது. இன்று, ஒவ்வொரு நகரமும் சிதைக்கப்பட்டக் கட்டிடங்களின் கழிவுகளினால் நிரப்பப்பட்டு, களர்நிலமாகிக் கிடக்கின்றது. அலுவலகங்கள் சூறையாடப்பட்டுவிட்டன. தண்ணீர் மற்றும் மின்சார மேலாண்மை திட்டமிட்டு சேதாரப்படுத்தப்பட்டுவிட்டது. வர்த்தகத்துக்கும் இறுதிக் கட்ட பால் ஊற்றியாகிவிட்டது. குழந்தைகளில் பாதிக்கும் மேலானோரை ஊட்டச்சத்துக் குறைபாடு நசித்துவிட்டது. மக்கள் தொகையில் மூன்றில் இரண்டு பங்கினர் நாளொன்றுக்கு 2 டாலருக்கும் குறைவான வருமானத்தில் வறுமையில் வாடுகின்றனர். ஜெனின் பகுதியில் டாங்குகள் துப்பும் குண்டுகளால் குழந்தைகள் கொல்லப்பட்டுவிட்டனர். — இங்குள்ள அகதிகள் முகாமை இஸ்ரேலியக் கவசப்படை அழித்தொழித்தது. அது மிகப்பெரியதொரு போர்க்குற்றம். இஸ்ரேலின் மிரட்டலுக்குப் பயந்து, சட்டநூல் கூறுவதை அப்படியே ஏற்றுக்கொண்டு நடக்கும் (?) கோபி அன்னான்

உள்ளிட்ட சர்வதேச ஆட்சிக்கோட்பாளர்கள் அதைப் புலனாய்வு செய்ய அனுமதிக்கவில்லை. சட்டவிரோதமாக ஆக்கிரமிப்பு செய்திருக்கும் இஸ்ரேலிய இராணுவத்தின் கேள்விகேட்பாரற்ற சேவையால், பாலஸ்தீனியக் குடிமக்களின் மரணங்கள் முடிவற்று, ஒரு வெள்ளப்பாய்வாய் தொடர்வதன் ஒரு துளி, இந்தச்சம்பவங்கள். இஸ்ரேலியப் படைத்துறையில் கட்டாயப் பணியில் சேர்க்கப்பட்ட இஸ்ரேலிய இளைஞர்களுக்கு அழித்தொழிப்பு செய்வதற்கு முழு அனுமதி வழங்கப்பட்டிருக்கின்றது. அதிகாரம் பெற்ற அவர்களின் பார்வையில் பாலஸ்தீனியர்கள் ஒவ்வொருவருமே ஐயத்திற்கிடமின்றி, 'பயங்கரவாதிகள்'தான். ஒவ்வொரு சோதனைமுனைகளிலும் பாலஸ்தீனியர்களுக்கு தனி சித்திரவதை தான். இழிநிலைதான். சுட்டெரிக்கும் சூரியவெயிலில் மணிக்கணக்கில் நிறுத்திவைத்தல்; மருந்துகள் விநியோகத்தைத் தடுத்து, அழுகிச் சாகவிடுதல்; இழிவார்த்தைகளால் ஏசுதல்; மனம் விரும்பியதுபோல அடித்து உதைத்தல்; சோதனைமுனைகளில் காத்திருக்கும் எண்ணற்ற பாலஸ்தீனியர்கள் மீது திடீரென்று மூர்க்கமாக, வாகனங்களை/துருப்புகளை செலுத்தித் திணறடித்து, உயிருடன் இருக்கும்போதே நரகத்தைக் காட்டுதல்; பாலஸ்தீனிய இளைஞர்களை வெயிலில் மணிக்கணக்காக முட்டிபோட வைத்தல்; ஆடைகளை அவர்களையே களையச் சொல்லி நிர்வாணமாக்கக் கட்டாயப்படுத்துதல்; குழந்தைகள் முன்னிலையில் பெற்றோர்களை அவமதிப்பு செய்தல்; மதிப்பிழக்கும்படி செய்தல்; உடல்நலம் குன்றியவர்களையும் விடுவதில்லை; அவசர ஊர்திகளைத் தடுத்து, அவற்றுக்கு தீ வைத்தல், அவர்களின் பணியாக இருக்கின்றது. நாள்தோறும் பாலஸ்தீனியர்களின் இறப்பு எண்ணிக்கை நிலையான ஏறுமுகத்தில், கணக்கிட முடியாத அடிப்படையில் இருக்கின்றது. அது, இஸ்ரேலியத் தரப்பின் இறப்பு எண்ணிக்கையைக் காட்டிலும் நான்கு பங்கு அதிகம். ஐயத்திற்கிடமின்றிய பயங்கரவாதியுடன் அவனது மனைவியும், குழந்தைகளும் இந்த நிலைக்கு உள்ளாகின்றனர். ஆனால் நாங்கள், அவர்களின் மரணத்திற்கு மறைவுற்றோர் பற்றிய துயரத்தை, வருத்தத்தை பெருமளவில் தெரிவித்துக் கொண்டிருக்கின்றோம். நன்றி.

இஸ்ரேல், 'மக்களாட்சி' பற்றி அடிக்கடி குறிப்பிடுகின்றது. அப்படியானால், எதற்காக அம்மக்களாட்சி அரசாங்கம் மனசாட்சியற்று, ஒருதேசத்தின் ஆன்மாவை, அதன் பலவீனமான மக்களை வெறிகொண்டு தண்டிக்கின்றது. ஏன்,

அம்மக்களாட்சி அரசாங்கம் உளநோய்க்கொண்ட ஆட்சியாளர் ஜெனரல் ஷரோனின் நன்றிமிக்கக் கண்ணாடியாய்ப் பிரதிபலிக்கிறது. அவரது தனித்தக் கருத்தான — அதற்கு சரியானதொரு சொல்லிருந்தால் — பாலஸ்தீன மக்களை ஏன் கொன்று குவிக்கின்றது; தாழ்த்துகின்றது; முடமாக்குகின்றது; அவர்கள் உடைந்து சிதறும்வரை ஓட ஓட விரட்டுகின்றது. ஷரோன், தனது பிரச்சாரங்களில் இப்போதோ அல்லது முன்னெப்போதோகூட காப்காவின், போகின்றபோக்கில் மனப்பித்துநிலையில் செயல்படும் ஒரு அதிகாரியின் 'சளசளவென்று மிகுதியாகப் பேசும்' திண்மையைத்தான் காட்டியிருக்கின்றார். தன்னிடமிருக்கும் அரசு இயந்திரத்தின் செருக்கால், பாதுகாப்பற்ற பாலஸ்தீனிய மக்கள் மீது, வன்னதி காரத்தைச் செலுத்தியதைத்தாண்டி, அவர் வேறெதுவும் செய்துவிடவில்லை. நேர்மைக்கேடான இச்செயல்கள் யாவற்றுக்குமே பின்னணியில், கோமாளித்தனமாகச் செயல்படும் அவரது ஆலோசகர்கள், தத்துவ அறிஞர்கள், இராணுவ அதிகாரிகள் மட்டுமல்லாது, தூண்டிவிடுபவர்களாக, அவரது குரலை அப்படியே எதிரொலிக்கும் நன்றியுள்ள அமெரிக்கச் சேவகர்களும் இருக்கின்றார்கள். அங்கே, பாலஸ்தீன இராணுவ ஆக்கிரமிப்பு இல்லை; துருப்புகள் இல்லை; ஹெலிகாப்டர்கள், குண்டுகளை உமிழும் கப்பல்கள் எதுவுமில்லை; பீரங்கித் தொகுதிகள் என்று ஒன்றுமில்லை; பேசுவதற்கு அரசாங்கமேகூட இல்லை. ஆனால் அங்கே, 'பயங்கரவாதி'களும் 'வன்முறை'யும் இருப்பதாக, இஸ்ரேல் நரம்புச்சிக்கலால் ஏற்படும் உடல்நிலைக் கோளாறாலும், மூளை நுண்ம அமைதிக் கோளாறாலும், பாலஸ்தீனியர்களின் உடம்பில், 'அவ்விரண்டு'ம் இருப்பதாகக் கண்டறிந்திருக்கின்றது. இதற்கு எந்தவொரு எதிர்ப்பும் காட்டாமல் இஸ்ரேலியத் தத்துவவியலாளர்கள், அறிவுஜீவிகள், கலைஞர்கள், அமைதிச் செயல்பாட்டாளர்கள் வரவேற்பு தெரிவித்திருக்கிறார்கள். பலமாதங்களாக பாலஸ்தீனிய பள்ளிக்கூடங்கள், நூலகங்கள் மற்றும் பல்கலைக்கழகங்களின் வழக்கமானச் செயல்பாட்டுக்கு தடைவிதிக்கப்பட்டிருக்கின்றது. நாங்கள் இன்னமும்கூட சுதந்திரம் குறித்தும், கலாச்சார சுதந்திரத்துக்குப் போராட்டங்களில் பெருங்கூச்சல் எழுப்புகின்ற அமெரிக்க எழுத்தாளர்களுக்காக, செயல்பாட்டாளர்களுக்காகக் காத்துக்கொண்டிருக்கின்றோம். வழக்கொழிந்து, ஆழங்காணாது போய்விட்டது, அந்தச்செயல்பாடு. இதுவரை, இஸ்ரேலின் அல்லது மேலைநாடுகளின் எந்தவொரு கல்வி நிறுவனத்திலிருந்தும் பாலஸ்தீனியர்களின் அறிவு உரிமைக்கோ, கற்றல் உரிமைக்கோ, பள்ளிக்குச் செல்லும்

உரிமைக்கோ, குரல் கொடுத்ததைக் காணவேயில்லை.

மொத்தத்தில், இஸ்ரேலின் பாதுகாப்பில் இருப்பதால், பாலஸ்தீனியர்கள் மெல்லச் சாவுக்கு உள்ளாகி வருகின்றனர். இங்கே 'பாதுகாப்பு' என்பது, அதாவது சுற்றிவளைத்தல். அவ்வளவுதான். இஸ்ரேலின் சிறப்பானப் பாதுகாப்பு என்னும் 'பாதுகாப்பின்மையை' அறிந்துணர முடியாது. பாலஸ்தீன அனாதைகளின், வயது முதிர்ந்த பெண்களின், உடல்நலம் குன்றியவர்களின், நலிந்த சமூகத்தினரின் அழுகுரல்கேட்டு ஒட்டுமொத்த உலகமும் பரிவிரக்கம் கொண்டிருக்க வேண்டும். அதேபோல, சிறைக்கைதிகள் சித்திரவதையின்போது எழுப்பிய அவலக்குரல்களும் உலக சமூகத்தின் காதுகளுக்குக் கேட்கவும் இல்லை; எங்கும் பதிவாகவும் இல்லை. சந்தேகமின்றி நாம் உரத்தக்குரலில் சொல்வோம். இந்த பயங்கரங்களெல்லாம் கொடுவெறித் துன்புறுத்தலுக்கு சற்றும் குறைந்தது இல்லை. இரண்டு தரப்பும் வன்முறைச் சுழற்சியில் ஈடுபட்டிருந்தால், எங்கேயாவது, எப்போதாவது அழிவுத்தொழில் நிறுத்தப்பட்டுவிடும் என்று குறைந்த பட்சம் நம்பலாம். ஒரே ஒருமுறையென்றால் இடையில் நிறுத்தப்பட்டுவிடலாம் என்று நம்பலாம்; கோபத்தில் விட்டுவிடலாம். ஆனால் இங்கே, ஒருபக்கம் மட்டுமே இராணுவம் இருக்கின்றது. தேசம் இருக்கின்றது: மறுபக்கம் நாடற்றவர்கள்; பாத்தியதையைப் பறிகொடுத்தவர்கள்; உரிமைகள் ஏதுமற்றவர்கள் அல்லது எந்தவகையிலும் தங்களைப் பாதுகாத்துக்கொள்ள முடியாத இயலாமையிலிருப்பவர்கள்; அன்றாடம் அனுபவிக்கும் வாழ்வையும் அதன் துன்பத்தின் மொழியையும் குருட்டு நியாயம் பேசுபவர்களிடம் திருடக்கொடுத்தவர்கள் என்பது, எனது கருத்து. இது வேறொன்றுமில்லை; புனைகதைகளில் விவரிக்கப்படும் காட்சிகளைப்போல அதிக எண்ணிக்கையில் கொன்றொழிப்பது. அவ்வளவுதான். அச்சித்திரவதை தவிர்த்தலின்றி, மெதுவாக, அதிஜாக்கிரதை உணர்வுடன் செயல்படுத்தப்படுகின்றது. பாலஸ்தீனியர்கள் அனுபவிக்கும் துன்பியலின் உண்மைநிலை இதுதான். ஆனால் எந்த வகையிலும் இஸ்ரேலியக் கொள்கை இறுதியில் தோற்கத்தான் போகின்றது.

விசுவாசிக்கின்ற ஒருவருமேகூட புஷ்ஷின் நிர்வாகத்தால் போடப்பட்டத் திட்டங்கள் உண்மையில் ஏதேனும் ஒரு சலுகைக்கு... தீர்வுக்கு வந்திருப்பதாக நம்பப்போவதில்லை. பிரச்சனைகளில் புஷ் நிர்வாகம் மேற்கொள்ளும் தடுப்பாட்டங்கள் அத்தனையுமே, தவறானவைதான். அமைதிப் பேச்சு வார்த்தை நடப்பதுபோலவும், பிரச்சனையைக்

கட்டுப்படுத்தும் தேவையிருப்பதுபோலக் காட்டிக்கொள்ளும். விட்டுக்கொடுத்தலும் தியாகமும் பொதுவில் பாலஸ்தீன் தோள்களில் ஏற்றப்பட்டுவிடும். இவ்வாறாக, பாலஸ்தீன் வரலாற்றின் தொன்மையையும் அதன் அடர்த்தியையும் மறுத்துவிடும். அந்தத்திட்டத்தை படிக்கும்போது, நேரம் மற்றும் இடம் குறித்த சூழமைவற்ற கவலைதான் அதிலிருக்கும்.

வேறுவார்த்தைகளில் சொன்னால், திட்டம் என்பது அமைதிக்கானத் திட்டமாக இருக்காது. அது, அப்போதைக்கு சமாதானப்படுத்தும் ஒரு திட்டமாக மட்டுமே இருக்கும்: பாலஸ்தீனத்தை ஒரு பிரச்சனையாக எண்ணி, அதற்கொரு முற்றுப்புள்ளி வைப்பதைப் பற்றியதாகவும் இருக்கும். அந்த ஆவணத்தில் ‘இப்போதிலிருந்து... செயலாக்கம்...’ என்னும் சொல் திரும்பத் திரும்பக் குறிப்பிடப்பட்டிருக்கும். அதை இப்படியாகவும் கொள்ளலாம். பாலஸ்தீனியர்கள் எப்படி நடந்துகொள்ள வேண்டும் என்ற எதிர்பார்ப்பு, கிட்டத்தட்ட சமூக உணர்வுச் சொல்லாக அதில் இடம்பெற்றிருக்கும். வன்முறைக்கு இடமில்லை; போராட்டத்துக்கு இடமில்லை; அதிக ஜனநாயகம்; நல்ல தலைவர்கள்; நிறுவனங்கள் எல்லாமே கருத்து அடிப்படையில் பிரச்சனைகளை உருவாக்குகின்றன என்பதால், பாலஸ்தீனின் மூர்க்கத்துக்கு தடை என்பதாக முடியும். இதையடுத்து, இஸ்ரேலின் ஆக்கிரமிப்பு அதிகரிக்கும். ஒப்பீட்டளவில் இஸ்ரேல் செய்த ஆக்கிரமிப்புகள் எதுவும் இடம்பெற்றிருக்கும் என்று எதிர்பார்க்கமுடியாது. ஒருசில சிறிய குடியேற்றங்கள், ‘சட்டவிரோத புறக்காவல் நிலையங்கள்’ என்று குறிப்பிடப்பட்டிருக்கும். பாலஸ்தீன எல்லைக்குள் புகுத்தப்படும் இஸ்ரேலியக் குடியேற்றப் பதியம் சட்டபூர்வமானது என்று முற்றிலும் புதியவகைப்படுத்தல் செய்யப்பட்டு, பெரிய குடியேற்றங்கள் உறைபனிக்குள் மறைப்பது போல மறைக்கப்பட்டுவிடும். ஆமாம். நிச்சயமாக, அவை கலைக்கப்படமாட்டாது. 1948 — ல் என்ன நடந்தது என்பது குறித்து, ஒருசொல்கூட இருக்காது. அதுபோல 1967—ல் மீண்டும் என்ன நடந்தது என்பதும் அதிலிருக்காது. பாலஸ்தீனியர்களை இஸ்ரேலும் அமெரிக்க ஐக்கிய நாடும் தங்கள் கைகளில் தாங்குவதாக இருக்கும். அமெரிக்க ஆய்வாளர் சாரா ராய், அவரது ‘Scholarship and Politics’ ஆய்வில் விவரித்திருப்பதுபோல, பாலஸ்தீனப் பொருளாதாரத்தை சீர்குலைத்தது தொடர்பாக, ஒற்றைச்சொல் அதிலிருக்காது. வீடுகள் இடித்துத் தரைமட்டமாக்கப்பட்டது; மரங்களை வேரோடு பிடுங்கி எறிந்தது; 5,000 சிறைக்கைதிகள் அல்லது அதற்கும் மேலான எண்ணிக்கையினர்; அப்பாவிகளைக்

கொன்றொழிக்கும் இலக்குக் கொள்கை; 1993—லிருந்து அதுகுறித்துப் பேசாது, நிறுத்திவிடுதல்; அடிப்படைக் கட்டுமானத்தின் ஒட்டுமொத்த அழிப்பு; நம்புதற்கரிய எண்ணிக்கையிலான சாவுகள், ஊனங்கள் — எல்லாமே ஒரு வார்த்தையில்லாமல் கடந்து போயிருக்கும்.

சொல்வதற்கு அது நடைமுறைக்கு ஒவ்வாதக் கற்பனையாகக் கூடப் படலாம். பாலஸ்தீனின் எதிர்கால உளத்தோற்ற வாய்ப்புகள் உடனடிக் கடுமையாக இருந்தாலும்கூட, எல்லாமே இருண்டு போய்விடவில்லை. பாலஸ்தீனியர்கள் லட்சியப் பிடிவாதத்துடன் வாழ்கிறார்கள். பாலஸ்தீன சமூகம்— பேரழிவுக்கு உள்ளாக்கப்பட்டுவிட்டது. கிட்டத்தட்ட அழிந்துவிட்டது. பல வழிகளில் அது தனித்து, பாழாக்கப் பட்டுவிட்டது — ஆனாலும், அதுவொரு பாடும்பறவையைப் போல சிறகடிக்கின்றது. மனச்சோர்விலிருந்து மீண்டெழுந்து அதன் ஆத்மா சுற்றிச்சுழலும் திறன் கொண்டிருக்கின்றது. வேறெந்த அரேபியச் சமூகமும் இதுபோல பெரும்பேச்சை உருவாக்கிவிடவில்லை. கட்டுக்கடங்காத மன ஆரோக்கியம் கொண்டிருக்கின்றது. முழுஅளவில் குடிமைச் சமூக முயற்சிகள் மற்றும் நிறுவன இயக்கங்கள் செயல்படத் துவங்கவில்லை. அவர்கள் பெரும்பாலும் அமைப்பு சாராதவர்களாக இருக்கின்றார்கள். சில சந்தர்ப்பங்களில் அவர்கள் பரிதாபகரமான வாழ்க்கையை, நாடற்றவர்களாக வெளியில் வாழ்கின்றார்கள். புலம் பெயர் பாலஸ்தீனியர்கள் ஆற்றலுடன் ஈடுபட்டு, தங்களின் பிரச்சனைகளை கூட்டுமுயற்சியில் களைந்து கொள்கிறார்கள். எனக்குத் தெரிந்து ஒவ்வொருவரும் காரணத்தைக் கண்டறிந்து களைய முற்படுகின்றார்கள். தகுதிகளுடைய முக்கிய ஆளுமைகளான அராபத் போன்றவர்களைத் தவிர்த்து, மிகச்சிறிய அளவிலான ஆற்றல் மட்டுமே பாலஸ்தீன அதிகாரத்திடம் பொது விதியாகக் கண்டறிய முடிகின்றது. சமீபத்தில் 2003—ல் நடந்த வாக்களிப்பில், பதே மற்றும் ஹமாஸ் ஆகியவை, பாலஸ்தீன வாக்காளர்களிடமிருந்து சுமார் 45 சதவீத வாக்குகள் மட்டுமே பெறமுடிந்தது. மீதமுள்ள 55 சதவீத வாக்காளர்கள் பரிணாம வளர்ச்சியில் அரசியல் உருவாக்கம் குறித்து மாறுபட்டக் கருத்தில் நம்பிக்கைக் கொண்டிருந்தனர்.

குறிப்பிட்ட ஒரு விஷயம், எனக்குள் குறிப்பிடத்தக்க ஒன்றாகப்படுகின்றது. அதனுடன் நான் இணைத்துக் கொண்டிருக்கின்றேன். அது போலியில்லாது, இரண்டு மதவாதக்கட்சிகளையும் அவற்றின் அடிப்படைக் குறுங்கு மூவாத அரசியலின் அடிமட்டம்வரை திசையறிந்து சென்று,

மரபுவாய்ந்த தேசியச் செயல்பாடுகளை, அராபத்தின் பழைய பதே போல இந்த National Political Initiative செய்கின்றது. அதன் முக்கிய நபரான முஸ்தபா பர்குதி மாஸ்கோவில் பயிற்சி பெற்ற மருத்துவர். Village Medical Relief Committee யில் இயக்குநராக இருக்கின்றார். கிராமப்புறத்தைச் சேர்ந்த ஒரு லட்சத்துக்கும் அதிகமான பாலஸ்தீனியர்களின் உடல்நலத்தில் அக்கறைகொண்ட முக்கியப்பணியை அவர் செய்கின்றார். கம்யூனிஸ்ட் கட்சியின் விசுவாசமான முன்னாள் உறுப்பினர். பர்குதி அமைதியாகப்பேசும் நல்ல நிர்வாகி; தலைவர். பாலஸ்தீனிய இயக்கத்துக்கு விதிக்கப்பட்ட உடல் தடைகளை நூற்றுக்கணக்கானமுறை தகர்த்தெறிந்து கடந்து வந்தவர். தனது கொள்கைகளின் வழியே சமூகசீர்திருத்த உறுதிமொழிகளை அரசியல் திட்டங்களுக்கும் தனி மனித சுதந்திரத்துக்கும் பங்களிப்புச் செய்தவர். விசேஷமாகக் குறிப்பிடத்தக்க மரபானச் சொல்லாட்சி நிறைந்தவர். இஸ்ரேலியர்களுடன், ஐரோப்பியர்களுடன், அமெரிக்கர்களுடன், ஆப்பிரிக்கர்களுடன், ஆசியர்களுடன், அரேபியர்களுடன் பணிபுரிந்து, ஒற்றுமை இயக்கங்களை பொறாமைப்படுமளவுக்கு பன்மைத்துவத்துடன் சகவாழ்வை உபதேசித்துக் கட்டியிருக்கின்றார். National Political Initiative தனது அணிதிரட்டலை, கரங்களை இலக்கின்றி 'Intifada' எழுச்சிக்கு ஒப்புக் கொடுத்துவிடவில்லை. அது வேலையற்றோருக்கானப் பயிற்சித் திட்டங்களை வழங்குகின்றது. ஆதரவற்ற, கைவிடப்பட்டவர்களுக்கு சமூகசேவை செய்கின்றது. தற்போது, இஸ்ரேல் கொடுக்கும் நெருக்கடிக்கு பதில் சொல்லும் சூழலையும் உருவாக்கியிருக்கின்றது. மேலாக, National Political Initiative ஓர் அங்கீகரிக்கப்பட்ட அரசியல் கட்சியாக மாறிவருகின்றது. உள்நாட்டிலும் வெளியிலும் தஞ்சமடைந்திருக்கும் பாலஸ்தீனிய சமூகத்தை அணிதிரட்டி, அதன்மூலம் இஸ்ரேலிய அல்லது அமெரிக்க ஐக்கிய நாடுகளின் விருப்பத்தைத் தாண்டி, சுய அங்கீகாரமாக ஒரு தேர்தலை நடத்தி, அதில் பாலஸ்தீனப் பிரநிதிகளை அடையாளப்படுத்த முயன்று வருகின்றது.

இத்தொலைநோக்குத் திட்டத்தை, கைவிடப்பட்ட அகதிகள் மற்றும் இஸ்ரேல் கைப்பற்றி வைத்திருக்கும் ஜெருசலத்தை உள்ளடக்கியிருக்கும் 40 சதவீத நிலத்தை வைத்துக்கொண்டு செய்துமுடிக்க முடியாது. ஆனால் இஸ்ரேல் இராணுவத்தின் பிடியிலிருக்கும் இறையாண்மையுடைய, தலைமை சார்ந்த நிலப்பரப்பை எங்கெல்லாம் சாத்தியமோ, அங்கெல்லாம் அரேபியர்களும் யூதர்களும் ஒருங்கிணைந்த பெரும் நடவடிக்

கையின் மூலம் விடுவித்துக்கொள்ள முடியும். ஏனென்றால், National Political Initiative ஓர் அங்கீகாரமுள்ள பாலஸ்தீன் இயக்கம். சீர்திருத்தம் மற்றும் ஜனநாயகம் அதன் அன்றாட நடவடிக்கைகளில் அங்கமாகியிருக்கின்றது. பாலஸ்தீனின் முக்கியமான, பல நூற்றுக்கணக்கானச் செயல்பாட்டாளர்கள் மற்றும் சுதந்திர தற்சார்புடையவர்கள் இதில் கையொப்பம் இட்டிருக்கிறார்கள். அமைப்பு ரீதியான சந்திப்புகள் நடந்து முடிந்திருக்கின்றன. அதில் சுதந்திர இயக்கத்திற்கு, இஸ்ரேல் தந்துவரும் பயங்கரமான நெருக்கடிகள், தாண்டமுடியாத தடைகள் குறித்தும், அதிலிருந்து மீள பாலஸ்தீனிலும், அதற்கு வெளியிலும் செய்யவேண்டியத் திட்டங்கள் குறித்தும் தீவிரமாகப் பேசப்பட்டுள்ளன. முறைசாராத குழுக்களின் சம்பிரதாயப் பேச்சுகள், ஆலோசனைகள் என்று நடந்துகொண்டிருக்கும் நிலையில், அதிலிருந்து மீளும் நடவடிக்கைகளைக் கைக்கொள்ளும் National Political Initiative வை நினைக்கும் போது, சற்றே ஆறுதலாக இருக்கின்றது. சர்வதேச ஒருங்கிணைப்புப் பிரச்சாரம் இப்போது முக்கியக் கூறுகளாக ஆகியிருக்கின்றன.

மே மாதத் துவக்கத்தில் சிலநாட்கள், ஒரு விரிவுரையாற்று வதற்கு நான் சியாட்டிலில் தங்கியிருந்தேன். அப்போது அங்கே, ராச்சல் கோர்ரியின் பெற்றோர் மற்றும் சகோதரியுடன் ஓர் இரவு விருந்தில் கலந்துகொள்ளும் வாய்ப்பைப் பெற்றேன். அப்பெற்றோர் மார்ச் 16 அன்று காஸாவில் இஸ்ரேலிய இராணுவ புல்டோசரால் நசுக்கிக் கொல்லப்பட்ட தங்கள் மகளின் நினைவுகளிலிருந்து மீளாத அதிர்ச்சியிலேயே இருந்தார்கள். கோர்ரி என்னிடம் சொன்னது... அவர் புல்டோசர்களை இயக்கியிருக்கின்றாராம். ராபாவில் தங்கள் பாலஸ்தீன் வீட்டை இராணுவம் இடிக்கும்போது, துணிவுடன் தடுத்து, எதிர்த்துநின்ற தங்கள் மகளை நசுக்கிக்கொன்ற 60 டன் எடைகொண்ட, பைபிளில் குறிப்பிடப்பட்டிருக்கும் நீர் யானை போன்ற புல்டோசர், வீடுகளை இடித்துச் சிதைப்பதற்காகவே, கேட்டர்பில்லர் நிறுவனத்தால் சிறப்பாக வடிவமைக்கப்பட்டதாம். மற்றெல்லாவற்றையும்விட மிகப்பெரிதான அந்த இயந்திரத்தை, அதற்குமுன் தான் பார்த்ததில்லையென்றும் இயக்கியதில்லை என்றும் சொன்னார். கோர்ரியுடனான மிகச்சுருக்க மான இச்சந்திப்பில் இரண்டு விஷயங்கள் என்னைத் துணுக்குற வைத்தன. அவர்கள் சொன்னவைகளில் ஒருகதை, நசுக்கிக்கொல்லப்பட்ட தங்கள் மகளின் சடலத்துடன் அமெரிக்க ஐக்கிய நாடுகளுக்குத் திரும்பியது, பற்றியது.

அவர்கள் உடனடியாக, அமெரிக்க ஐக்கிய நாடுகளின் செனட்டர்களான குடியரசுக் கட்சியைச் சேர்ந்த பாட்டி முர்ரேயையும், மரியா கான்ட்வெல்லையும் சந்தித்து, தங்கள் கதையைச்சொல்லி உதவி கோரியிருக்கிறார்கள். அட்டூழியச் சம்பவத்தைக்கேட்ட அவர்களிருவரும் அதிர்ந்துபோய், கோபவுணர்ச்சியை வெளிப்படுத்தியிருக்கிறார்கள்; புலன்விசாரணைக்கு உதவுவதாக உறுதியளித்திருக்கிறார்கள். அதன்பின், வாஷிங்டன் திரும்பி விட்ட செனட்டர்கள் இருவரிடமிருந்தும் எந்தவொரு குரலும் கோர்ரியின் காதுகளுக்கு வந்து சேரவில்லை. புலன்விசாரணைக்கு உதவுவதாகச் சொன்ன அவர்களின் உறுதி, செயல்பாட்டுக்கு வரவேயில்லை. எதிர்பார்த்ததுபோலவே, புனைகதைகளைக்கொண்ட இஸ்ரேலின் மூளைச் சலவைக்கு அப்பெண் செனட்டர்கள் இருவரும் உள்ளாகி, தங்கள் செயல்பாடுகளைச் சுருக்கிக் கொண்டனர். ஒரு அமெரிக்க பிரஜை, அமெரிக்காவின் வாடிக்கையாள நாடொன்றின் இராணுவத்தால் வேண்டு மென்றே நசுக்கிக் கொல்லப்பட்ட பின்பும், அந்நாட்டின் அதிகாரிகள் சாதாரணமாக ஒருமுறைக்கூட அங்கே 'என்ன நடந்தது என்று?' எட்டிப்பார்க்கவில்லை. அல்லது ஊடாக நோட்டமிடவோக்கூட இல்லை; பேச்சுக்கு ஒருமுறை போய்ப்பார்க்கவோ, ராச்சலின் குடும்பத்துக்கு கொடுக்கப்பட்ட உறுதிமொழியின்படி புலன்விசாரணையைத் துவங்கவோயில்லை.

ராச்சல் கோர்ரியின் கதையில், இரண்டாவது மிக முக்கியமாக எனக்குப்படுவது, அவ்விளம்பெண்ணின் வீரதீரம். அதேவேளையில், கண்ணியமும் பெருந்தன்மையும் கௌரவமுமான நடவடிக்கை. சியாட்டிலிலிருந்து தெற்கே 60 மைல் தொலைவிலுள்ள சிறிய நகரமான ஒலிம்பியாவில் பிறந்து வளர்ந்தவள், அவள். International Solidarity Movement—ல் இணைந்து, காஸாவில் துன்புறும் மனிதர்களுக்கு உதவியாகச் செயல்படுவதற்கு, அங்கே போனவள். அதற்கு முன்பு அந்த இடத்தைப்பற்றிக்கூட கேள்விப்பட்டிராதவள். அவள் சாதாரணமாக மனிதாபிமானத் துடன் தன்வீட்டுக்கு எழுதியக்கடிதங்கள், உண்மையிலேயே அத்தனைமுக்கியத்துவமான ஆவணங்களாக உள்ளன. குறிப்பாக, பாலஸ்தீனியர்கள் அவள் மீது காட்டிய அன்பையும் அக்கறையையும் படித்துவிட்டு, அத்தனைச் சீக்கிரமாகக் கடந்துவிட முடியாது. தன்னை யார் அங்கே, தங்களில் ஒருத்தியாக வரவேற்றார்கள் என்பதை, வார்த்தைகளில் அர்த்தப்படுத்தியிருக்கின்றாள். ஏனென்றால் அவள், பாலஸ்

தீனியர்களுடன் அவர்களுடைய வாழ்வை அவர்களுடைய வாழ்வாகவே வாழ்ந்திருக்கின்றாள். தங்களுடைய வாழ்வையும் கவலைகளையும் அவளுடன் பகிர்ந்து கொண்டிருக்கிறார்கள். அதுபோல, அவள் சிறுமியாக இருந்த போதிலும் அவளிடம் இஸ்ரேலிய ஆக்கிரமிப்பின் பயங்கரங்களையும், அதன் கடும்விளைவுகளையும் அவர்கள் விளக்கியிருக்கிறார்கள். அகதிகளின் விதியை அவள் புரிந்துகொண்டவளாக இருக் கின்றாள். குறிப்பிட்ட மக்களை வாழவிடாமல், அதற்கு அத்தனைவிதமான இன்னல்களையும் தந்த இஸ்ரேலிய அரசாங்கத்தின் நயவஞ்சக முயற்சிகளை, அந்தப்பெண் இனப்படுகொலை என்றே குறிப்பிடுகின்றாள். அவளது ஒற்றுமை முயற்சியால் ஊக்குவிக்கப்பட்ட இஸ்ரேலிய சேமப்படை வீரர் டான்னி, தான்செய்துவந்த வேலையை மறுத்ததுடன், அவளிடம் சொல்கின்றார்; கடிதமும் எழுதுகின்றார். "நீ நல்ல காரியம் செய்து வருகின்றாய். அதற்காக, நான் உனக்கு நன்றி சொல்கின்றேன்"

அவள் தன்வீட்டுக்கு எழுதியக் கடிதங்களில் மிளிர்ந்த அத்தனையையும், 'the Guardian' பத்திரிகை அடுத்தடுத்து வெளியிட்டது. சராசரி மனிதன் இதுபோன்ற கடுமையானத் துன்பத்திலும் விரக்தியிலும் சிக்கிச்சீரழிந்து துவண்டுவிடும் நிலையில், பாலஸ்தீன மக்கள் காட்டிய எதிர்ப்பு, வாசித்தவர் களுக்கு ஆச்சரியத்தையும் திகைப்பையும் தந்தது. ஆனாலும் பாலஸ்தீனில் அதே வாழ்க்கைதான் தொடர்கின்றது. இப்போதெல்லாம் அமைதிக்கான பல்வேறு திட்டங்கள் மற்றும் முன்னெடுப்புகள் எடுப்பது குறித்துக் கேள்விப்படுகின்றோம். அதிலிருக்கும் அத்தனை அடிப்படை வரைவுகளையும் நாம் பார்க்கவேண்டும். சக்திவாய்ந்த அல்லது வல்லாண்மை நிறைந்த அமெரிக்க இஸ்ரேலியக் கூட்டுப்படையிடம், அப்படையின் கூட்டுத்தண்டனையை அனுபவித்துக்கொண்டிருக்கும் பாலஸ்தீனியர்கள், சரணடைவோ அல்லது நிபந்தனை யின் பேரில் ஒப்புக்கொடுக்கவோ மறுப்பது குறித்தே, அமைதித்திட்டங்களும் முயற்சிகளும் பேசப்படுகின்றன. தனிச்சிறப்புடைய ஓர் உண்மை, அந்தத் திட்டங்களிலும் முயற்சிகளிலும் காரணமாக இருக்கின்றது. அது, இதற்குமுன்னால் பேசப்பட்ட எண்ணற்ற அத்தனைத் திட்டங்களிலுமிருந்த அதே திட்டங்கள் என்பதுதான். அதேவேளையில், படுகொலைகளைச் செய்துவரும் அமெரிக்க இஸ்ரேலிய நிர்வாகங்களுக்கு குற்றத்தீர்ப்போ… அல்லது குற்றத்தண்டனையோ அதிலிருக்காது. மேலும், மனிதாபிமானக் காரணங்களின் அடிப்படையில், படுகொலைகளையும்

வன்முறையையும் நிறுத்தவேண்டும் என்று அறிவிக்காத சர்வதேச சமூகம் குறித்தும் எதுவுமிருக்காது. பாலஸ்தீன எதிர்ப்பு ஆற்றல் குறித்தும், சில உண்மைகளை நாம் கண்டறிய வேண்டியுள்ளது. இங்கே நான், அத்தனைத் தற்கொலைப் படைகளையும் குறிப்பிடவில்லை. ஆனால் அவை நல்லதைக் காட்டிலும் அதிக தீமைகளையே பலனாகத் தந்திருக்கின்றன. என்றபோதிலும் அதன் தவறுகள், தப்புகள் எல்லாவற்றையும் நாம் தவறவிடுகின்றோம். ஜியோனியத் திட்டம் என்பது, எப்போதுமே பாலஸ்தீனியர்களுக்கு ஒரு பிரச்சனையாக இருந்து வருகின்றது. அப்பிரச்சனைக்கு ஒருமுடிவை ஏற்படுத்தாமல், தீர்வை எட்டவிடாமல், அதன் வீரியத்தை அடக்கி வைத்துக்கொண்டேயிருக்கின்றார்கள். ஏரியல் ஷரோன், 'ஆக்கிரமிப்பு' என்ற சொல்லை பயன் படுத்தினாலும், இல்லாவிட்டாலும், தன் துருப்பிடித்த, பயனற்ற அதிகாரத்தை விட்டொழிந்தாலும், அல்லது இரண்டையும் இழந்தாலும், இஸ்ரேலின் அதிகாரக் கொள்கைக்கு கவலையில்லை. அது, ஒருபோதும் பாலஸ்தீன மக்கள் அனுபவித்துக் கொண்டிருக்கும் மெய்மையை, அவர்கள் சமதையானவர்கள் என்பதை ஏற்றுக்கொள்ளப்போவதில்லை. அவர்களின் உரிமைகளை அக்கிரமமான முறையில், இஸ்ரேல் அழித்தொழிப்பு செய்வதையும் எப்போதும் ஒத்துக் கொள்ளப் போவதில்லை. அதேசமயம், கடந்த சில ஆண்டுகளாக சில தைரியமான இஸ்ரேலியர்கள், மறைக்கப்பட்ட வரலாற்றை வெளிக்கொணரும் முயற்சியில் ஈடுபட்டிருக்கின்றார்கள். பெரும்பாலான இஸ்ரேலியர்களும், பெரும்பான்மை அமெரிக்க யூதர்களும் ஒவ்வொரு முயற்சி யையும் மறுதளித்தும், தவிர்த்தும் அல்லது பாலஸ்தீனியர்கள் அனுபவித்துவரும் மெய்மை நிலையை அழிக்கவும் தொடர்ந்து பிரயத்தனம் செய்துவருகின்றனர். அதனாலேயே அங்கே அமைதி இல்லை.

மேலும், அந்தத் திட்டம் நீதி குறித்து எதுவும் பேசவில்லை. அல்லது எண்ணிக்கையில், பல பத்தாண்டுகளாக பாலஸ்தீன மக்கள் அனுபவித்துவரும் வரலாற்றுத் தண்டனைக் குறித் தும் அது பேசவில்லை. காஸாவில், ராச்சல் கோர்ரி ஆற்றிய ஒற்றுமைப் பணிகள் அங்கீகரிக்கப்பட்டனவா என்ன? எப்படியோ, வரலாற்றை துல்லியமாக ஈர்த்தும், செறிவுடன் அடர்ந்தும் வாழ்ந்த தேசிய இனமான பாலஸ்தீன மக்களை, கேவலம் எல்லாவற்றையும் இழந்துவிட்ட அகதிகளாகக்கூட அங்கீகரிக்க முடியவில்லை. அந்த மக்களிடம்தான் ராச்சல் கோர்ரி ஒற்றுமையைக்கண்டு, அவர்களுடன் இருந்திருக்

கின்றாள். நாம் நினைத்துப்பார்க்கவேண்டியத் தேவை யிருக்கின்றது. அதாவது, அங்கொன்றும் இங்கொன்றுமாக துணிச்சல்மிக்க சில ஆத்மாக்களால் பேசப்படும் இந்த ஒற்றுமை, இத்துடன் நின்றுவிடக்கூடாது. உலகம் முழுமைக்கும் அது அங்கீகரிக்கப்பட வேண்டும். கடந்த ஆறுமாதங் களில் நான்கு கண்டங்களில் பல்லாயிர மக்களிடையே உரையாற்றியிருக்கிறேன். அப்பல்லாயிரம் மக்களை, பாலஸ்தீனியர்களுக்கு எதிராக, எதிரிகளால் குவிக்கப்படும் அவதூறுகளைப் பொருட்படுத்தாமல், விடுதலை மற்றும் அறிவொளி தேடும் பழமொழிபோல, ஒன்றுதிரட்ட வேண்டும்.

எப்போது இந்த உண்மைகள் அறியச் செய்யப்படுகின்றனவோ, அப்போது உடனடி அங்கீகாரம் கிடைக்கும். பாலஸ்தீன தேசத்துக்காக, அதன் மக்கள் நடத்தும் வீரஞ்செறிந்தப் போராட் டங்கள், அதன் ஆழங்காணா ஒற்றுமைதொனியில் வென்று, நேரிய செயலாட்சி கிடைக்கும். இதுவொரு அசாதாரணமான விஷயம். பாலஸ்தீன், இந்த ஆண்டின் முக்கியக்குவிமையமாக இருக்கின்றது. உலகின் இருவேறு துருவங்களிலுள்ள Portre Alegreயில் நடைபெற்ற உலகமயமாக்கலுக்கு எதிரான மாநாட்டிலும், அதுபோல Davos மற்றும் Amman ஆகிய இடங்களில் நடைபெற்ற மாநாடுகளிலும் பாலஸ்தீன் விவகாரம் பின்காட்சித்தோற்றமாக எடுத்துக்கொள்ளப்பட் டது, குறிப்பிடும்படியான ஒன்று. நமது தேசத்திலுள்ள சககுடி மக்களிடம் அறியாமை என்னும் ஊட்டம், சாதாரணமாகப் புகட்டப்படும் கொடூரம் நடந்தேறி வருகின்றது. ஊடகங்கள் பல விஷயங்களைத் திரித்துக்கூறி வருகின்றன. தற்கொலைத் தாக்குதல்கள் குறித்து மந்தவிளக்கங்களைக் கொடுத்து, அதன் உண்மைத் தன்மையை மறைத்து வருகின்றன. 25 அடி உயரத்தில், 5 அடி அகலத் தடிமனில், 350 கிலோமீட்டர் தொலைவுக்கு இஸ்ரேல் கட்டியிருக்கும் தீண்டாமை நெடுங்கட்டிடம் குறித்தத்தரவுகள் வலைத்தளங்களில்கூடக் காணப்படவில்லை. அல்லது அதைக் கடந்துசெல்லும் நடவடிக்கையை உயிர்ப்பற்றச் சொற்களில் திட்டங்களில் குறிக்கப்பட்டிருக்கும். போர்க்குற்றங்கள் எங்கே நடந்தன; அவசியமற்ற அழிவுகள்; அவமானப்படுத்துதல்; முடமாக்கு தல்; பாலஸ்தீன அப்பாவிக் குடிமக்கள் மீது மரணத்தைத் திணிப்பது எதுவுமே நாளிதழ்களில் இடம்பெறுவதே இல்லை. அரேபியர்கள் மீதும் பாலஸ்தீனியர்கள் மீதும் வழக்கமாய் நடத்தும் முற்றிலும் கடுமையான சோதனைகள் யாரையும் குறிப்பாக, அமெரிக்கர்களை ஆச்சரியப்படுத்தாது. மாறாக, பாலஸ்தீனியர்கள் மீது தாழ்ந்த அபிப்ராயத்தையே

விதைக்கும். மொத்தத்தில், தாராளவாத இடதிலிருந்து வலதின் எல்லைவரையுள்ள அனைத்து ஊடகங்களின் முக்கிய உறுப்புகளுமே, பேதமேதுமின்றி அரேபியர்களுக்கு எதிராக, முஸ்லிம்களுக்கு எதிராக, பாலஸ்தீனியர்களுக்கு எதிரானதாகவே இருக்கின்றன என்பதை தயவாய் நினைவில்கொள்ள வேண்டும். இராக்குக்கு எதிரான சட்டவிரோத மற்றும் நியாயமற்றப் போரின்போது, இந்த ஊடகங்கள், எப்படி தங்கள் கருத்துவெளிப்பாட்டுச் சுதந்திரத்தைக் கைக்கொண்டு செய்திகளைக் கட்டமைத்தன என்பதைப் பார்க்க வேண்டும். போருக்கானக் கருத்தை உலகளவில் மிகப்பரவலாக அவை எப்படியெல்லாம் எடுத்துச்சென்றன. இராக்குக்குள் உண்டான மிகப்பரந்த சேதத்தை எவ்வாறு சிறியளவில் அவை காட்சிப்படுத்தின என்பதையும் ஆராயவேண்டும். மிக அரிதாக, ஹெலன் தாமஸ் என்ற ஒரேயொரு பத்திரிகையாளர், மட்டுமீறியப் பொய்களை நேரடியாகவே களமிறங்கி அம்பலப்படுத்தினார். இராக் போரிடுவதற்கு தயாராகிக் கொண்டிருக்கிறது என்று, போருக்கு முன்னதாக அமெரிக்கா பரப்பிய இனிப்புப் பூசிய ‘உண்மை’களைத் துணிந்து வெளிப்படுத்தினார். இப்போதுபோலவே, அரசாங்கத்தின் அதுபோலான பிரச்சாரகர்கள் இழிந்த, மோசடியான பெரும்அழிவு ஆயுதங்கள் குறித்தச் செய்திகளைக் கோர்த்துக்கொண்டு திரிந்தார்கள். அச்சம் தருகின்ற அளவில் கனமான விவாதங்கள் நடத்தப்பட்டன. உண்மையில் மன்னிக்க முடியாத அளவிலான நிலை இராக்கிய மக்களுக்கு உருவாகும் வகையில், அமெரிக்க ஐக்கிய நாடு பொறுப்பின்றி, நடந்துகொண்டது. ஒவ்வொருவரும் சதாம் ஹுசைனை தீய கொடுங்கோலன் என்றே பழிகூறினார்கள். அதே சதாம் ஹுசைன்தான், இராக்கிய மக்களுக்கு வேறெந்த அரேபிய நாடுகளைக் காட்டிலும் தண்ணீர், மின்சாரம், சுகாதாரம், கல்வி உள்ளிட்ட அடிப்படைக் கட்டுமானங்களை தாராளமாக வழங்கி யிருந்தார். இப்போது அவையெதிலும் ஒன்றுகூட அங்கே காணப்படவில்லை.

நிராயுதபாணியான அப்பாவி பாலஸ்தீனியக் குடிமக்களுக்கு எதிரானப் போர்க்குற்றங்கள் குறித்து, பொய்யாகக் காணப்படும் யூத எதிர்ப்பு விமரிசனங்கள், அசாதாரணமாகக் கூடுதல் பயத்தைத் தருவதாக இருக்கின்றன. அல்லது அமெரிக்க எதிர்ப்பாளன் அமெரிக்க அரசாங்கத்தின் சட்டவிரோதமானப் போரைப் பற்றி விமரிசிப்பதும், அதன் அச்சமூட்டும் இராணுவ ஆக்கிரமிப்பை விமரிசிப்பதும் அதுபோலவே

அச்சம்தரும் செயலாகும். இதிலொன்றும் ஆச்சரிய மில்லை. அப்போதிருந்தக் கயமைநிறைந்த ஊடகங்களும், அரசாங்கத்தின் பிரச்சாரமும் அரேபியச் சமூகத்துக்கு, அதன் கலாச்சாரத்துக்கு, வரலாற்றுக்கு, மனநிலைக்கு எதிரானப் பிரச்சாரத்தை வலுவாகச் செய்து வந்தன. அரசியல் செய்தி எழுதும் ஆண்தனமான நிர்வாகிகள் மற்றும் கீழ்த்திசை மொழிப் புலமையாளர்கள் பெர்னார்ட் லூயிஸ் மற்றும் டேனியல் பைப்ஸ் ஆகியோர் உவந்து செய்துவந்தார்கள். அவர்களின் தொடர்ப்பிரச்சாரம் நம்மில் பலரை அச்சுறுத்தி அரேபியர்கள் உண்மையிலேயே வளர்ச்சியடையாதவர்கள், தகுதியும் திறமையுமற்றவர்கள், சபிக்கப்பட்டவர்கள் என்று நம்பவைத்துவிட்டது. இது, ஜனநாயகத்திலும் வளர்ச்சி யிலும் அனைத்துவிதமானச் செயல்தடைகளையும் கொண்டுவந்துவிட்டது. இதனால் அரேபியர்கள் மட்டுமே உலகத்தில் வளர்ச்சியில் மிகவும் பிந்தையவர்களாக, காலத்தால் பின்தங்கியவர்களாக, நவீனத்தில் முன்னேறாதவர்களாக, ஆழமானப் பிற்போக்காளர்களாக இருக்கின்றார்கள் என்ற சித்திரம் உருவாக்கப்பட்டுவிட்டது. சித்திரத்தை அழிக்க, இங்கே கண்ணியமும் வரலாற்றைத் திறனாயும் போக்கை அணிதிரட்ட வேண்டும். அப்போதுதான் பிரச்சாரத்தின் மூலம் என்ன இங்கே நடக்கின்றது என்பதைப் புரிந்துகொள்ள முடியும். சிக்கல்கள் அவிழும்.

இன்று பெருவாரியான அரேபிய நாடுகள் செல்வாக்கற்றவர்களின் ஆட்சியில் இருக்கின்றன என்பதை யாரும் மறுக்கப்போவதில்லை. பரந்துபட்ட எண்ணிக்கையில் ஏழைகளும், முன்னேற்றக் குறைபாடுகளைக்கொண்ட அரேபிய இளைஞர்களும் மத அடிப்படைவாதத்தின் பிடியில் இருக்கின்றார்கள் என்பது வெளிச்சமாகியிருக்கின்றது. அதைப்பொய் என்று எளிதாக நிரூபிப்பதற்கு, 'The Newyork Times' வழக்கமாகச் செய்துவரும் வேலைகளே போதும். அது தொடர்ந்து அரேபியச் சமூகம் முற்றிலுமாகக் கட்டுப்படுத்தப்பட்ட அடிமைச் சமூகம் என்று பிரச்சாரம் செய்துவருகின்றது. அங்கே கருத்துச் சுதந்திரம் இல்லை என்று நிரூபணம்செய்ய முயலுகின்றது. அங்கே குடிமக்களுக்கான நிறுவனங்கள் இல்லை என்று வகைப்படுத்துகின்றது. மக்களுக்காக, மக்களால் நடத்தப்படும் சமூக இயக்கங்கள் செயல்பாட்டில் இல்லை என்று எழுதுகின்றது. பத்திரிகைச் சட்டங்கள் முற்றிலும் மாறானத் தன்மையில் எப்படியிருந்தாலும், அம்மான் நகர்ப்புறத்துக்கு நீங்கள் சென்றால், அங்கே கம்யூனிஸ்ட் கட்சியின் செய்தித்தாளை வாங்கலாம்.

அதுபோல இஸ்லாமியப் பத்திரிகையொன்றையும் வாங்கலாம். எகிப்தும் லெபனானும் செய்தித்தாள்களாலும் இதழ்களாலும் நிரம்பி வழிகின்றன. இந்தச்சமூகம் ஊடகங்களுக்குக் கொடுத்திருக்கும் அங்கீகாரத்தைத் தாண்டியும் அவை, பல்வேறு விவாதங்களுக்கும் கருத்தாடல்களுக்கும் பரிந்துரைக்கின்றன. செயற்கைக்கோள் ஒளியலை வரிசைகள் கிறுகிறுக்கச் செய்யும் கருத்துகளுடன் வெடித்துச் சிதறுகின்றன. சமூகநிறுவனங்கள் பல்வேறு தளங்களில் தங்கள் சேவைகளைச் செய்துவருகின்றன. மனித உரிமை அமைப்புகள், தொழிற்சங்கங்கள், ஆட்சிக் குழுக்கள், ஆராய்ச்சி நிறுவனங்கள், அரேபிய உலகம் முழுவதும் பரவிக்கிடக்கின்றன. ஜனநாயகத்தின் சரியான இலக்கை நாம் பெற்றிருக்கின்றோம். இன்னும் மேம்படுத்தும் வழியில் நாம் சென்று கொண்டிருக்கின்றோம்.

மோசமான சூழ்நிலைகள் நிலவும் இந்நிலையிலும்கூட பாலஸ்தீன சமூகத்தைத் தோற்கடிப்பதோ அல்லது முற்றிலுமாக அழித்தொழிப்பதோ சாத்தியமில்லாத ஒன்று. பாலஸ்தீனில் மட்டும் 1000க்கும் அதிகமான அரசுசாரா அமைப்புகள் இயங்கிவருகின்றன. அவை வாழ்வுத் திறத்தின் மூலமும் செயல்பாடுகளின் மூலமும் சமூகத்தை மேலெடுத்துச் செல்கின்றன. குழந்தைகள் இப்போதும் பள்ளிக்கூடங்களுக்குச் செல்கின்றன. மருத்துவர்களும் செவிலியர்களும் தங்கள் நோயாளிகளின் நலம்மீது அக்கறைக் கொள்கின்றனர். ஆண்களும் பெண்களும் பணிக்குச் செல்கின்றனர். நிறுவனங்கள் தங்கள் செயல்பாடுகளில் ஈடுபட்டிருக்கின்றன. மக்கள் வாழ்வியலைத் தொடர்கின்றனர். இவையெல்லாமே பாலஸ்தீனத்தை முற்றிலுமாகச் சிறை பிடிக்க நினைக்கும் அல்லது ஒட்டுமொத்தமாக அழித்தொழிக்க முயலும் ஷரோனுக்கும், மற்ற தீவிரவாத அமைப்புகளுக்கும் குற்றங்களாகத் தெரிகின்றன. இராணுவத் தீர்வு அங்கே சரியாகச் செயல்படவில்லை. சரியாகவும் செயல்படாது. இதைப்பார்த்து ஏன் இஸ்ரேல் தன்னை வருத்திக்கொள்ள வேண்டும்? இதை இஸ்ரேலும், ஷரோனும், மற்ற தீவிரவாத அமைப்புகளும் புரிந்துகொள்ள வைப்போம்; தற்கொலைப் படைத் தாக்குதல்களால் அல்ல. பகுத்தறிவுடன், அறவாராய்ச்சி முறை விவாதங்களைக்கொண்டு, வெகுஜன ஒத்துழையாமை மூலம், ஒழுங்கு படுத்தப்பட்டப் போராட்டங்களின் வழியாக, அங்கும் இங்கும் எங்கும் நடத்திக் காட்டுவோம்.

ஒருகுறிப்பை இங்கு நான் எடுத்துவைக்க முயலுகின்றேன். பொதுவாக, அரேபிய உலகத்தையும், குறிப்பாக

பாலஸ்தீனையும் இக்கட்டான நேரத்தில், முக்கியமானப் பிறவற்றோடு ஒப்பிட்டுப் பார்க்கவேண்டும். அதைவிட்டுவிட்டு மேலெழுந்தவாரியாகப் பார்க்கக்கூடாது. அவ்வாறு செய்த லூயிஸ் எழுதிய 'What Went Wrong' போன்ற புத்தகங்களை நிராகரிக்கவேண்டும். பால் உல்போவிட்ஜ் போன்றவர்கள் பரிந்துரைக்கும் மேன்மைகள், அரேபிய மற்றும் இஸ்லாமிய உலகத்துக்கு கொண்டுவரவிருப்பதாக விடப்படும் அறியாமை நிறைந்த அறிக்கைகளையும் புறக்கணிக்கவேண்டும். அரேபிய உலகம் குறித்து எந்தமாதியான உண்மையிருந் தாலும், சுறுசுறுப்பான சக்திவாய்ந்தப் பணிகள் நடந்து கொண்டிருக்கின்றன. ஏனென்றால் அங்கே உண்மையான மனிதர்கள், உண்மையான சமூக வாழ்வை வழக்காற்றிலுள்ள எல்லாவிதமான வகைமைகளுடனும் குறுக்கும்நெடுக்குமாக வாழ்ந்து கொண்டிருக்கின்றார்கள். நாட்டின் தனிப்பட்ட சிறப்பியல்புகளை மிகைப்படுத்திக்காட்டி, அதை வெகுஜன வன்முறையாக எளிதில் சித்திரித்துவிடக் கூடாது. குறிப்பாக, சில அம்சங்கள் இருக்கின்றன. முடிவற்ற விமரிசனங்கள், குற்றச்சாட்டுகள், ஆத்திரம், வெறுப்பு, ஊக்கமின்மை, முடக்கும் பிரிவினை ஆகியவற்றைக் கணக்கில்கொள்ளாமல் பாலஸ்தீனியர்களால் நீதிக்கானப் போராட்டத்துக்கு, ஒருங்கிணைந்த கண்ணியத்தையும் வெளிப்படுத்தமுடியும். இங்கிருக்கும் கூட்டொருமையை நினைவில் கொள்ளுங்கள். லத்தின் அமெரிக்கா, ஆப்பிரிக்கா, ஐரோப்பா, ஆசியா மற்றும் ஆஸ்திரேலியா எங்கு என்றாலும் சரி, துயரங்களுக்கும், கடுமையானத் தடைகளுக்குமிடையில், அவர்களுக்குள் ஒருங்கிணைந்த செயல்பாடு ஒன்று இருக்கவே செய்யும். ஏன்? ஏனென்றால், அதற்கொரு நேர்மையானக் காரணம் இருக்கும். உயர்ந்தக் கருத்தியல், இலட்சியம் இருக்கும். சமத்துவத்துக்கும் மனித உரிமைக்குமான தார்மீக தேடுதல், வேட்கை இருக்கும்.

கண்ணியம் குறித்து இப்போது, இங்கு நான் பேச விரும்புகின்றேன். ஒவ்வொரு கலாச்சாரத்திலும் கண்ணியத்திற்கு சிறப்பான இடம் உண்மையிலேயே இருக்கின்றது. அக்கண்ணியத் தை நிச்சயமாக, வரலாற்றறிஞர்கள், மனிதவியலாளர்கள், சமூக சிந்தனையாளர்கள், மனித உரிமையியலாளர்கள் அறிந்து வைத்திருப்பார்கள் என்பதை நான் உடனடியாக மறுத்து, அது அடிப்படையிலேயே தவறு என்கின்றேன். உண்மையில் இக்கூற்றை கீழைத்தேய புலமையாளர்களும் இன ஆய்வாளர்களும் ஏற்றுக்கொள்வார்கள். ஐரோப்பிய, அமெரிக்கப் புலமையாளர்களும் இன ஆய்வாளர்களும் ஏற்கமாட்டார்கள். அவர்களின் கலாச்சார, கண்ணியக்

கண்டுபிடிப்பின்படி, அரேபியர்களுக்கு விவேகம் கிடையாது; தனித்தன்மையுடைய வாழ்க்கை மதிப்பு கிடையாது; வெளிப்படுத்தும் அன்புக்குப் பெறுமானம் கிடையாது. உள்ளார்ந்த உறவுநிலை; உடன்பாடு எல்லாமே கலாச்சாரத்தின் பிரத்தியேக உடைமைகள் என்று நினைக்கின்றேன். கலாச்சாரம் மறுமலர்ச்சியை; மறுசீரமைப்பை; அறிவொளியை உள்ளடக்கியது. இதுபோன்றே பலருக்கு மத்தியில் தாமஸ் ஃப்ரைட்மென் கீழ்மையான, நிறைவளிக்காத, அற்பமானக் கருத்தைப் பகிர்கின்றார். அதிலொன்றும் ஆச்சரியமில்லை. சுய துரோக மனப்பான்மையுள்ள அரேபியக் கருத்தாளர்களும் அவருக்குச் சமமாக, அறியாமையுடன் அவற்றை உள்வாங்கிக் கொள்கின்றார்கள். அவர்களின் பெயர்களைக் குறிப்பிடும் தேவை எனக்கில்லை. 9/11 சம்பவத்தை ஒரு குறியீடாகக்கொண்டு, அரேபிய மற்றும் இஸ்லாமிய உலகத்தை, மிகையளவான நோய்ப்பட்ட மற்றும் பிறவற்றைப்போல செயல்படாத முடம் என்று குறிப்பிடுகின்றனர். அச்சம்பவத்தின் விரிவான உருக்குலைவைக் குறியீடாகக்கொண்டு, மற்ற எல்லாக் கலாச்சாரங்களின் கண்ணியமும் அளவிடப்படுகின்றது.

ஐரோப்பா மற்றும் அமெரிக்க ஐக்கிய நாடுகளுக்கிடையே நாம் ஒன்றை இசைவாக விட்டுவிட முடியும். அது, 20ஆம் நூற்றாண்டில் அவ்விருநாடுகளும் இஸ்லாமிய உலகத்தை பின்னப்படுத்தி நடத்திய, நேர்மைக்கேடான பெரும் எண்ணிக்கையிலான மரணங்கள். அனைத்துக்கும் பின்னால், தவறான / சரியான நாகரிகம் குறித்து, வெளிக்கு சரியெனத் தோன்றுகின்ற அறிவியல் பூர்வமற்ற அபத்தங்கள் மட்டுமே இருக்கின்றன. அவற்றுக்கும் பின்னால் பெரிய பொய்த்தீர்க்கதரிசி சாமுவேல் ஹன்டிங்டன், கோரமான நிழலாய் எண்ணிக்கையில் பெரும்பான்மை மக்களை, உலகம் தனித்துவமான நாகரிகத்துக்காக, தங்களுக்குள் அடித்துக்கொள்வார்கள் என்று நம்பவைத்திருக்கின்றார். ஆனால், அவர் உருவாக்கிய ஒவ்வொரு கருத்துமே முற்றிலும் தவறானவையாக இருக்கின்றன. கலாச்சாரம் அல்லது நாகரிகம் தனக்குள் உளதாயிருக்கும்; தனித்தன்மையையும் அறிவொளியையும் அது தன்னகத்தே கொண்டிருக்கும். மனிதனின் அடிப்படை நற்குணம், அன்பு, வாழ்வின் மதிப்பு, உள்ளிட்ட பல்வேறு சமூகக் காரணிகளில்லாமல் எதுவும் வெளிப்படாது. அவர் பரிந்துரைத்திருக்கும் பண்பு, மனக்கசப்பை உண்டுபண்ணக்கூடிய நச்சுத்தன்மை கொண்ட அதே இனவெறியாகும். அவர் சொல்லும் இன வெறியின்படி அவரை நம்பும் மக்கள், ஆப்பிரிக்கர்களுக்கு கீழ்த்தரமான

அறிவு என்றும்; ஆசியர்கள் உண்மையிலேயே அடிமை வேலைச் செய்யப் பிறந்தவர்கள் என்றும்; ஐரோப்பியர்கள் இயற்கையிலேயே மேநிலைச்சார்ந்த மூலக் குடிமரபுக்குழுவினர் என்று தர்க்கம் செய்கின்றனர். இது ஹிட்லர் கையாண்ட நகைப்புக்கிடமான வகைமாதிரி, அறிவியலாகும். அது ஒருங்கிணைந்து இன்று, அரேபியர்களுக்கும் முஸ்லிம்களுக்கும் எதிராக இயக்கப்படுகின்றது. இந்தச் செயல்பாடுகளுக்கு எதிராக, அதைக் கண்டுகொள்ளக்கூட வேண்டாத திடமான முடிவில் நாம், நிலையாக இருக்கவேண்டும். பொய்த்தீர்க்கதரிசி சாமுவேல் ஹன்டிங்டனின் கருத்துகள், தூய பிதற்றல். மறுபக்கத்தில், மிக அதிகமாக நம்பிக்கையும் கருத்தார்ந்த செயல்பாடுகளும், உதாரணமாக மனிதநேயமும் மற்றெந்த சமூகங்களைப்போல இங்கும் உயிர்த்துள்ளது. அரேபியச் சமூக மற்றும் முஸ்லிம் சமூக மக்களின் உள்ளார்ந்த மதிப்பும், கௌரவமும் அவர்கள் வெளிப்படுத்தும் ஒருங்கிணைந்தக் கலாச்சார பாணியில் உயர்ந்தே உள்ளது. அதன் வெளிப்பாடு ஒத்திருக்க வேண்டியதில்லை. எல்லோராலும் ஏற்றுக்கொள்ளப்பட்ட ஒரு பொருத்தமான வடிவிலிருந்து அதை எல்லோரும் பின்பற்றுவார்கள்.

மனிதப் பன்முகத்தன்மையானது, பல்வேறு வாழ்வியல் தனித்தன்மைகள் மற்றும் அனுபவங்களைக்கொண்ட, ஆழமான சகவாழ்வை ஒன்றுபடுத்தும் ஒரு திட்டமுடிவு. அதைச் சிறுத்துப்போகச்செய்து, மேலான அளவுரு வடிவத்துக்குள் அடைக்கக்கூடாது. அரேபிய உலகம் குறித்து, அதன் முன்னேற்றக்குறைபாட்டையும் அறிவுக்குறைபாட்டையும் குறிப்பிட்டுப் புலம்பும் பண்டித சிகாமணிகளின் போலியான வாதத்திணிப்பு; புலம்பல்; ஒப்பாரி இருந்துகொண்டே இருக்கின்றது. பிரம்மாண்டமான, பல்வேறுபட்ட நிலைகளான இலக்கியம், திரைப்படம், நாடகம், ஓவியம், இசை மற்றும் பிரபலக் கலாச்சாரத்தை அரேபியர்களால் அரேபியர்களுக்காக, மொராக்காவில் தயாரித்து குடாவுக்கு அனுப்பப்பட்டதை நாம் பரிசீலித்துப் பார்க்கவேண்டும். அரேபியர்கள் முன்னேறியிருக்கிறார்களா இல்லையா என்பதை அறிய கட்டாயம் அதை ஒரு குறியீடாக, மதிப்பிடவேண்டியத் தேவை நமக்கு உருவாகியுள்ளது. ஆனால் அந்த மதிப்பீடு, தொழிற்சாலையின் உதிரிபாக உற்பத்தியின் புள்ளிவிவர வாய்ப்பாடுகளாக இல்லா மல், வளர்ச்சி அல்லது தோல்வி குறித்து துல்லியமானப் பட்டியலாக இருக்க வேண்டும்.

அது எவ்வாறாயினும், மிக முக்கியமான ஒன்றை இங்கே குறிப்பிட்டாக வேண்டும். அதாவது, இன்று நமது

கலாச்சாரத்துக்கும் சமூகத்துக்கும், அந்தச் சமூகங்களை ஆட்சிசெய்யும் சிறுகுழு மக்களுக்குமிடையே மிகப்பரந்த, விரிவான முரண்பாடு இருந்து வருகின்றது. வரலாற்றில் அரிதாகக் காணப்பட்ட நலிந்தப்பிரிவிலிருந்து அரசர்கள், தளபதிகள், சுல்தான்கள் மற்றும் குடியரசுத் தலைவர்கள் திண்மையான வீரத்துடன் அதிகாரத்தில் இருந்திருக்கிறார்கள். இன்றும் அதேநிலை அரேபியா முழுவதும் நீடித்திருக்கின்றது. ஆனால், சிறுகுழுவைச்சேர்ந்த அவர்களிடமிருக்கும் மோசமானப் பிரதிபலிப்பு, எந்தவொரு விதிவிலக்கும் இல்லாமல், அவர்கள் தம் மக்களின் நன்மைக்காக ஒருபோதும் பிரதிநிதியாக எதையும் எடுத்துச் செய்ததில்லை. இதுவொரு சாதாரணச் செய்தியல்ல. ஜனநாயகமின்மை என்றும் விட்டுவிடமுடியாது. தங்களை அவர்கள் அடிப்படையிலேயே குறைத்த மதிப்பீட்டைச் செய்து கொள்கின்றார்கள். தம் மக்கள் தங்களுக்கு நெருக்கமாக இருக்கின்றார்கள் எனக்கருதிக்கொள்கின்றார்கள். இந்த இடைவெளியைத் தாங்கிகொள்ள முடியாமல் மறுகி, பயந்து, மக்கள் தங்களை மாற்றிகொள்கின்றார்கள். தங்கள் சமூகத்துக்கு, தங்கள் மக்களுக்கு ஏதேனும் செய்தால் பெரிய அண்ணனின் கோபத்துக்கு உள்ளாகநேருமோ என்னும் அச்சம் அவர்களிடையே இருக்கின்றது. பெரிய அண்ணன் என்பது அமெரிக்க ஐக்கிய நாடுகள். மக்கள் தங்கள் தேசத்தின் பெருஞ்செல்வம் எனக் கருதுவதற்கு பதிலாக, தங்களை தண்டனைக்குரிய கூட்டுச்சதியாளர்களாக மாற்றிக்கொண்டு, ஆட்சியதிகாரத்தைத் தக்கவைத்துக்கொள்ள மேலோங்கி, முனைகின்றனர்.

உண்மையானச் செயலிழப்பு என்பது இதுதான். இராக்கிய மக்களுக்கு எதிரான கடும் போர் நடந்தபோது, அரேபிய தேசத்தின் மிக முக்கியமான நாடொன்றில் நடந்த சூறையாடல் மற்றும் இராணுவ ஆக்கிரமிப்பைக் கண்டித்து எந்தவொரு அரேபியத் தலைவரும் சுய கண்ணி யத்துடனும் நம்பிக்கையுடனும் குரல் எழுப்பவில்லை. நல்லது. இன்று, திகைக்க வைக்கின்ற அளவில் வளர்ந்திருந்த சதாம் ஹுசைனின் அற்புதமான ஆட்சி இல்லாமல் போய்விட்டது. ஆனால் அமெரிக்காவை நம்பிக்கைக்குரிய அரேபிய வழிகாட்டியாக யார் நியமித்தது? மக்களுக்காக, ஜனநாயகத்தைக் கொண்டுவருகின்றோம் என்னும் பெயரில், அரேபிய உலகத்தை அமெரிக்காவை எடுத்துக்கொள்ளச் சொன்னது யார்? குறிப்பாக அந்தநேரத்தில், பள்ளிக்கல்வி முறை, சுகாதார முறை, ஒட்டுமொத்த அமெரிக்கப்

பொருளாதாரம் மிகமோசமான நிலைக்கு, 1929 ஆண்டின் சீர்கேட்டின் தொடர்ச்சியாகத் தாழ்ந்திருந்தது. ஒட்டுமொத்த அரேபிய தேசத்திற்கு கேட்டையும் துன்பத்தையும் தீங்கையும் அவமதிப்பையும் தந்த அமெரிக்க ஐக்கிய நாட்டின் பகிரங்க சட்டவிரோத ஊடுருவலை, ஆக்கிரமிப்பை, தலையீட்டை எதிர்த்து ஏன் அரேபியாவின் கூட்டுக்குரல் ஒலிக்கவில்லை? உண்மையிலேயே, இது தைரியத்தின், கண்ணியத்தின், சுய கூட்டொருமையின் பிரம்மாண்டதானதொரு தோல்வி.

உச்சபட்ச அதிகாரம் நிறைந்த புஷ் நிர்வாகத்தின் வழிகாட்டுதலுக்கு எதிராக, எந்தவொரு அரேபியத் தலைவருக்கும், 'மிக உயர்வான மக்களான நாங்கள், எங்களது சுய அறிவு வெளிச்சத்தால், மரபார்ந்த செயல்களால், மதத்தின் ஒளியால் வழிநடத்தப்படுகின்றோம்' என்று 'சும்மா' ஒரு பேச்சுக்குச் சொல்லக்கூடிய தைரியம்கூட இருக்கவில்லை. ஒருவார்த்தைக்கூட எங்கிருந்தும் வரவில்லை. அச்சந்தருகின்ற கடுஞ்சோதனைகளுக்கு இராக்கின் அப்பாவிக் குடிமக்கள் உள்ளாகியிருந்தபோதும், அந்நியக் கூட்டுப்படைகளின் காலணிகளால் மிதிபட்டு நடுங்கிக்கிடந்த போதும், அடுத்தது நமது தேசம்தான் என்பதைக்கூட உணராது, உணர்ச்சியற்றுக் கிடந்தார்கள். போரில் அழிப்பதற்கு, அத்தேசத்தின் பெரும்பான்மைத் தலைவர்களே ஜார்ஜ் டபிள்யூ. புஷ்ஷை ஆரத்தழுவி, அரேபிய தேசத்தை அவர் கையில் ஒப்படைத்தது, ஒரு துரதிர்ஷ்டம்தான். வேறெவரும் தந்திராத அளவில், அரேபிய மக்களுக்கு பெருந்துன்பம் கொடுத்த ஜார்ஜ் டபிள்யூ. புஷ்ஷுக்கு நினைவூட்ட, அங்கே ஒரு தைரியசாலிகூட இல்லையா? அங்கே அவர், கட்டித் தழுவல்களாலும், புன்னகைப் பரிமாறல்களாலும், முத்தங்களாலும், தலைதாழ்ந்த வணக்கங்களாலும் வாழ்த்தப்பட்டிருக்கின்றார். மேற்குக்கரையிலும் காஸாவிலும் நிகழ்ந்திருக்கும் ஆக்கிரமிப்புக்கு எதிரான, வாழ்தலுக்குத் தேவையான ராஜதந்திர, அரசியல், பொருளாதார ஆதரவு இதில் எங்கேயிருக்கின்றது? மாறாக, ஒரு குரல் கேட்கின்றது. வெளியுறவுத்துறை அமைச்சரின் அந்தக் குரலும் வெளிப்படையாகவே தெரியும், ஷரோனின் பூஜ்ய அமைதி விருப்பத்திற்கு உதவுவதாகவே இருக்கின்றது. அது, பாலஸ்தீன மக்களின் எண்ணங்களை அவர்களின் போக்கிலேயே சலவை செய்கின்றது, வன்முறையைத் தவிருங்கள், அமைதிப் பேச்சுவார்த்தையை நடக்க விடுங்கள் என்று. அப்போதும், ஒருங்கிணைந்த அரேபிய எதிர்வினைக்குரல்கள் எத்திசையிலிருந்தும் எழும்பவேயில்லை. பிரிவினைச்சுவர் எழுப்பப்பட்டபோது, படுகொலைகள் நிகழ்த்தப்பட்டபோது,

கூட்டுத்தண்டனை வழங்கப்பட்டபோது, மாநிலத் துறையால் நன்கு திட்டமாய் வடிவமைக்கப்பட்டு, மேலிடத்தால் அத்தாட்சி பெறப்பட்ட, காது புளித்துப்போன சலவை செய்யப்பட்ட வார்த்தைகளையே கேட்க முடிந்தது.

அநேகமாக, எனக்குள் ஒரு சிறுபொறி, மிகத்தாழ்ந்த குரலில் தட்டிக்கொண்டே இருக்கின்றது. பாலஸ்தீனத்தின் கண்ணியத்தை பொறுப்பிலிருக்கும் அரசாங்கம், தன் இயலாமையால் எட்டிப்பிடிக்க முடியாத நிலையிலிருக்கின்றது. அபு மேசன் அடிமைபோல நடந்து கொள்கின்ற பண்புடைய ஒரு நபர். அவருக்கு, அவரது சொந்த மக்களிடம் சிறு அளவு ஆதரவு கிடைத்திருந்தது. அந்த நபரை அராபத், நுட்பமான ஒருபணிக்குத் தேர்ந்தெடுக்கின்றார். இத்தனைக்கும் அவர் தொகுதிக்கானப் பிரதிநிதியில்லை. நுணுக்கமாக எடுத்துரைக்கக்கூடியப் பேச்சாளருமில்லை. சிறந்த நிர்வாகியுமில்லை. அவர், யாசர் அராபத்துக்கு திறன்மிகு கடமை தவறாத ஓர் ஊழியர். அவ்வளவே. அத்தேர்வை இஸ்ரேலும், அமெரிக்க ஐக்கிய நாடுகளும் மௌனமாய் ஏற்றுக் கொள்கின்றன. இஸ்ரேலின் கட்டளைக்கு அல்லது ஆணைக்கு அல்லது விலைகோருதலுக்கு அந்தமனிதர் சரிப்படுவார் என்று அவர்கள் இதை ஏற்றிருப்பார்களோ என எனக்குள் ஓர் அச்சம் இருந்து கொண்டேயிருக்கின்றது. அகாபாவில் நடக்கும் பேச்சுவார்த்தையின்போது, அவர் எந்த நிலையெடுத்துப் பேசுவார்? பிறிதோரிடத்திலிருந்து கேட்பதுபோலத் தோன்றும்படி, தன் குரலை மாற்றி, மாநிலத்துறை எழுதிக்கொடுத்ததை ஒரு கூத்தாட்டுபொம்மைபோலப் பேசுவார். அந்தப் பேச்சில், தனக்கு வழங்கப்பட்டிருக்கும் அதிகாரத்தின்படி, யூதமக்கள் படும் துயரங்களை உரத்தக் குரலில் எடுத்துவைப்பார். அடுத்து, இஸ்ரேலின் பிடியில் சிக்கி அவதியுறும் தன் சொந்த மக்களின் இன்னல்களை திகைக்கவைக்கும் அளவில் பிரமாதமாகப் பேசுவாரா? எப்படி அவர் கண்ணியமற்ற, சூழ்ச்சித்திறனுடன் கையாளக்கூடியப் பாத்திரத்தை ஏற்கின்றார்? நூறாண்டு காலமாக இஸ்ரேலின் கைகளில் சிக்கித்தவிக்கும் தன் சொந்த மக்களின் உரிமைக்காக ஒரு கதாநாயகனின் இடத்திலிருந்துப் போராடவேண்டிய அவர், எப்படி தன் சுயமரியாதையை இழந்தார்? அமெரிக்க ஐக்கிய நாடுகளும், இஸ்ரேலும் என்ன சொல்லிக் கொடுத்தனவோ, அதை அவர் அப்படியே செய்தார். பயங்கரமான அளவில் எண்ணிக்கையற்ற இழப்பை ஏற்படுத்திய, எண்ணற்றப் போர்க்குற்றங்களைச் செய்த, பிறர் துன்பத்தில் இன்பம் காணும் குரூரம் நிறைந்த, திட்டமிட்டு ஒவ்வொரு பாலஸ்தீனிய ஆணையும், பெண்ணையும்,

குழந்தையையும் அவமானப்படுத்திய இஸ்ரேல் இதுவரை, செய்ததை எண்ணிக் கொஞ்சமும் மனம் உலையாமல், 'இங்கே இடைக்கால அரசு இருக்கின்றது' என்று எளிமையாகச் சொல்லிவிட்டுக் கடந்து போகின்றது. ஒரு தலைவராலோ அல்லது அவரது பிரதிநிதியாலோ மக்கள் பிரச்சனையை ஏன் எடுத்துக் கொண்டு அதைக்கையாள முடியவில்லை என்பதை நான் பெருங்குற்றமாக ஒப்புக் கொள்கின்றேன். அவர் தனது கண்ணிய உணர்வை முற்றிலுமாக இழந்துவிட்டாரா?

அவர், ஒரு சாதாரண தனிமனிதர் அல்லர் என்பதையும், குறிப்பாக, நெருக்கடியான காலகட்டங்களில் தன் மக்களின் விதியைச் சுமந்துசெல்லும் ஒருவர் என்பதையும் மறந்துவிட்டார். கண்ணியத்துடன் சமரசமற்றுத் துணிந்துநின்று, பெருமையுடனும், தெளிவுடனும் தற்போதைய நிலையை மாற்றி, ஏற்றத்தைப் பெற்றுத் தந்திருக்கவேண்டியவர், கடுமையான ஏமாற்றத்தையும் ஒட்டுமொத்தத் தோல்வியையும் பெற்றுத்தந்திருக்கின்றார். தர்மசங்கடம் ஏதுமற்று, அரைமன்னிப்புதொனியில் இரக்கத்தை யாசிக்கும், எதற்கும் உதவாத வகைமையை வெள்ளைக்காரத் தந்தையிடமிருந்து எப்போது பெற்றார்கள்?

ஆனால், பாலஸ்தீன ஆட்சியாளர்களிடம் ஓஸ்லோ உடன்பாடு காலத்திற்கு முன்பிருந்தே, — உண்மையில் ஹஜ் அமின் காலத்திருந்து — ஒரு நடத்தை இருந்து வந்திருக்கின்றது. இளம்பருவத்தினர் கீழ்படிய மறுத்தலும், துயர்மிக்க சோகமான இரந்துவேண்டுதலும் ஒருசேர்க்கையாக ஆகியிருக்கின்றது. அவர்கள் எப்பொழுதும் தங்கள் எதிரிகளால், தங்களுக்காக எழுதப்பட்ட அத்தனையையும் படிக்கவேண்டியத் தேவையிருப்பதாக கருதிக்கொள்கிறார் கள்? அடிப்படையில் நமது கண்ணியம் பாலஸ்தீனத்தில், அரேபிய உலகம் முழுவதிலும் அரேபியர்களாக வாழ்வதுதான். அமெரிக்காவுக்கு இருப்பதுபோலவே நமக்கும், நமது சொந்த மக்கள், பாரம்பரியத்துடன் வரலாற்றுடன், மரபுகளுடன், எல்லாவற்றுக்கும்மேலாக போதுமான அளவில் செறிவார்ந்த மொழியுடன், உண்மையான ஆசாபாசங்களுடன், இலட்சியங்களுடன் இருக்கின்றோம். 1948 ஆம் ஆண்டிலிருந்து ஒவ்வொரு பாலஸ்தீனியன் மீதும் திணிக்கப்பட்ட துயரங்கள், உடமை பறிப்பு அனுபவங்கள், ஆசாபாசங்களிலிருந்து நம்மை அந்நியப்படுத்திவிட்டன. அரேபியர்களின் இந்தநிலை அப்துல் நாசர் காலத்திலிருந்தே தொடங்கிவிட்டது. நமது அரசியல் பேச்சாளர்களில் எவரொருவரும் தாங்கள் பேசும்போது,

சுயமரியாதையுடன் கண்ணியத்துடன் நாம் யார், நமது தேவை என்ன, நாம் என்ன செய்யவேண்டும் மற்றும் நாம் எங்கே போக விரும்புகின்றோம் என்று பேசுவதேயில்லை.

எப்படியாயினும், மெதுவாக, நிலைமை மாறிக்கொண்டே யிருக்கின்றது. பழைய ஆட்சியாளர்கள் உற்பத்தி செய்த அபு மேசன்களும், இந்த உலகத்தின் அபு அம்மார்களும் கடந்து போய்க் கொண்டேயிருக்கிறார்கள். அந்த இடத்தை மெதுமெதுவாக, புதிய தலைமுறைத் தலைவர்கள் தோன்றி, நிரப்பிக்கொண்டிருக்கிறார்கள். அரேபிய உலகம் முழுவதுமே, இது நடந்து கொண்டிருக்கின்றது. 'National Political Initiative' தனது உறுப்பினர்களுக்கு நம்பிக்கையூட்டி வருகின்றது. அவர்கள் செயல்பாட்டின் ஆணிவேர்கள்; அவர்களின் முக்கியப் பணியாக மேஜைகளின் மீது காகிதங்களை அடுக்கித்தள்ளும் செயல்களாகவோ, வங்கிக்கணக்குகளில் மட்டும் நோக்கு வித்தைக் காட்டும் தந்திரம் எதுவுமாகவோ இல்லை. அல்லது பத்திரிகையாளர்களின் கவனம் தங்கள் மீது குவியவேண்டுமென்று அலைபவர்களாகவும் இல்லை. ஆனால் அவர்கள் எல்லோருமே, தொழில்துறைப் பதவிகளிலிருந்து வந்தவர்கள். உழைக்கும் வர்க்கத்திலிருந்துத் திரண்டவர்கள். இளம் அறிவுஜீவிகள். செயல்பாட்டாளர்கள். ஆசிரியர்கள். மருத்துவர்கள். வழக்கறிஞர்கள். தொழிலாளர்கள்... இஸ்ரேலின் அன்றாடத் தாக்குதல்களிலிருந்து தங்களைக் காத்து, இந்தச் சமூகத்தை வழிநடத்திச் செல்பவர்கள். இரண்டாவதாக, அந்த மக்கள் ஜனநாயகத்துக்குக் கட்டுப்பட்டவர்கள். அதிகார ஆசைக்கனவுகள் இல்லாதவர்கள். அதேவேளையில், நிலைத்த ஜனநாயகத்தையும் அதன் பாதுகாப்பையும் இலக்காகக் கொண்டவர்கள். இறுதியாக, அவர்கள் தங்கள் சமூகசேவையாக வேலையில்லாதவர்களை, காப்பீடு ஏதும் செய்துகொள்ள முடியாத ஏழைகளின் சுகாதாரத்தை நோக்கிச் செல்கின்றார்கள். மேலும், நவீன உலகத்தின் போக்குகளை பாலஸ்தீனின் புதிய தலைமுறைக்கு, பழமையின் அசாதாரண மதிப்பீடுகளை மட்டும் திணிக்காமல், முறையான மதச்சார்பற்றக் கல்வியையும் கற்றுத்தருபவர்களாக இருக்கின்றார்கள். இது போன்ற வரையறுக்கப்பட்ட முன்னெடுப்புகளால், 'National Political Initiative' ஆக்கிரமிப்புகளிலிருந்து மீட்டெடுக்கும் முறைக்கு இதுதான் வழி என்று கண்டறிந்திருக்கின்றது. அதை முறையாகச் செய்கின்றது. ஒருங்கிணைந்த தேசியத் தலைமைக்கானப் பிரதிநிதியைத் தேர்வுசெய்து, சுதந்திர மாகப் பழைய நண்பர்களையும் அவர்களின் காலாவதியான நோக்கங்களையும் தரமற்றப் பார்வைகளையும் மாற்றி, பாலஸ்

தீனியத் தலைவர்களை கடந்த நூற்றாண்டில் பீடித்திருந்த பிளேக் நோயை அழிக்கின்றது.

அரேபியர்களான நம்மை, முதலில் நாம் மதித்தால் மட்டுமே, உண்மையான கண்ணியத்தை உணரமுடியும். நமது போராட்டத்தின் நியாயம் புரிபடும். அதன்பின்பு, அவமதிப்பு எல்லாமே அநேகமாக மாறி, மதிப்பறிந்து ஏன் போராடுகின்றோம் என்று ராச்சல் கோர்ரி மற்றும் அவருடன் வந்து, சேவையின்போது காயம்பட்ட இளம்பருவத்தினரான ஹூர்ண்டால் மற்றும் பிரையன் அவெரி, (International Solidarity Movement) நம்முடைய ஒற்றுமையைப் பார்த்து, தங்கள் அபிப்ராயத்தைச் சொன்னதுபோல, உலக மக்களால் பாராட்டப்படுவோம்.

ஒரு நகைமுரணுடன் இதை முடிக்கின்றேன். பாலஸ்தீனியர்களும் அரேபியர்களுமான நாம், அற்புதமான அறிகுறிகளைத் திகைப்புண்டாக்குமளவுக்கு நமக்கானக் கூட்டொருமையையும் கண்ணியத்தையும் கொண்டிருக்கின்றோம். அதைக்கண்டு மனம்குழைந்து நம்மை மற்றவர்கள் மதிக்குமளவுக்கு நம்மை நாம் மதிக்கின்றோமா? இதுதான், நம் மதிப்பை தகுதிநிலையைக் கைப்பற்றும் நேரம். நமது பிரதிநிதித்துவத்தை இங்கும், வேறெங்கும் செயலுருவாக்க வேண்டும். முதலில், அவர்கள் ஒரு இலட்சிய நோக்கத்துக்காகப் போராடுகிறார்கள். அவர்களுக்கு வருத்தம் தெரிவிப்பதற்கு எதுவுமில்லை. அதில், ‘ஏதேனும் இக்கட்டு இருக்கின்றதா?’ என்று உணரவைக்க வேண்டும். அப்போது, தம் மக்கள் செய்ததையெண்ணி பெருமை கொள்வார்கள். பெருமையுடன் அவர்களைப் பிரதிநிதித்துவப்படுத்துவார்கள்.

சகவாழ்வுக்கானத் தளங்கள்

எட்வர்ட் செய்த்
(1997)

அரபு உலகில் வாழும் அரேபியர்களுக்கும் மேற்குக்கரையில் வாழும் அரேபியர்களுக்கும் அடிப்படையில், முக்கியமான வித்தியாசங்கள் இருக்கின்றன. பின்னவர்கள், அன்றாட வாழ்வியல் அடிப்படையில், யூத எதிர்ப்பையும் இனப்படு கொலைகளையும் நேருக்குநேர் எதிர்கொள்ளும் வாழ்க்கைப்புற நிகழ்ச்சி நிலைக்குத் தள்ளப்படுகின்றவர்கள். ஆண்டுக்கு ஆண்டு புதிய புத்தகங்கள், திரைப்படங்கள், கட்டுரைகள் மற்றும் புகைப்படங்கள் அதன் தொகுதிகளை அதிகரித்த வண்ணம் அள்ளித்தெளிக்கின்றன. கடந்த ஆண்டு, ஷிண்ட்லர்ஸ் லிஸ்டின் ஆண்டாக இருந்தது. ஸ்டீவன் ஸ்பீல்பெர்க்கின் அந்தப்படம், உலக மக்களின் முன்னே பேரழிவின் கொடூரங்களை அள்ளிப்போட்டது. பெரும்பேரழிவுக்குக் காரணத்தைச் சுட்டிக்காட்டிய அப்படம், பல்வேறு சர்ச்சைகளை உருவாக்கியது. நாகரிகக் குடிமுறையில் உயர்ந்த நாடு, ஜெர்மனி. அந்தநாடு ஐரோப்பாவின் மிகச்சிறந்த தத்துவவியலாளர்களையும், இசையமைப்பாளர்களையும் உருவாக்கிய நாடு. அவர்களுக்கு மத்தியில் ஒளிநிறைந்த விஞ்ஞானிகளும், கவிஞர்களும், அறிஞர்களும் இருந்தனர். அவர்களையும் நாசிசம் எனும் மூடத்தனம் ஆட்கொண்டது. பெரும்பான்மையாக மனிதவாழ்வை நிர்மூலமாக்கும் பரிதாபத் திட்டங்கள் சரித்திரத்தில் இடம்பெற்றுவிட்டன. ஐக்கிய நாடுகளில், பிரான்ஸில் அல்லது ஐரோப்பாவின் எந்தவொரு தேசத்தில் இப்போது வாழ்பவராக இருந்தாலும் கொடுஞ்சிறைச்சாலைகளான ஆஸ்விட்ச் மற்றும் டேச்சுவின்

சித்திரத்திலிருந்து தப்பிவிட முடியாது. முக்கியமாக, பல்வேறு சாதனைகளையும் கலாச்சாரத்திற்கு பெரும்பங்களிப்புகளைத் தந்திருந்தாலும், அந்த நாடு யூதர்களுக்கு எதிராக ஏவிவிடப்பட்டு, யூதர்களை விலங்குகள்போல நடத்தி, விஷவாயுவால் பல லட்சம்பேரை சமாதிகட்டிய, நினைவுகளில் நிலைத்துப் போய்விட்ட, மனிதாபிமானமற்றப் படுகொலைகளின் இடைவிடாத ஆதாரச் சான்றுகள் அவை.

நிச்சயமான வரலாறான இந்த உண்மை பல்கலைக் கழகங்கள், பள்ளிக்கூடங்கள், அருங்காட்சியகங்கள் எங்கும் எடுத்துச்செல்லப்பட்டது. குறிப்பாக, மேற்கில் சர்ச்சைப் பொருளாக பொதுவிவாதத்துக்கும் விடப்பட்டது. சமீபத்தில், டேனியல் கோல்ட்ஹாகனின் புத்தகமான, 'Hitler's Willing Executioners' பரவலாகக் கொண்டு செல்லப்பட்டது. அப்புத்தகத்தில் கோல்ட்ஹாகனின் ஆய்வுக்கட்டுரை, நாசிக்கட்சியில் இருந்தவர்களை மட்டுமல்ல, ஒவ்வொரு ஜெர்மானியனையும் ஹிட்லரின் பரிவார மனநோயாளி என்று வரையறை செய்கின்றது. உண்மையில் அவர்கள், யூதர்களுக்கு எதிரானப் படுகொலைகளை நடத்த, மனநோயாளிகளாகத் தயாரித்து அனுப்பப்பட்டவர்கள் என்று அறுதியிடுகின்றது. உச்ச எல்லைக்கருத்தான அதனை, பெரும்பாலான வரலாற்றாசிரியர்கள் மறுக்கின்றனர். அதேவேளையில் ஐரோப்பியர்கள் குறிப்பாக, கிறிஸ்தவர்களின் வெகுஜனக் குற்றங்கள் மேற்கு உலகில் செயல்படுத்தப்படுவது தொடர்கதையாகவே இருக்கின்றது. ஐரோப்பாவில் நடந்த இப்பயங்கரச் சம்பவங்களின் மத்தியில் அமெரிக்க யூதர் கள் கண்டுகொள்ளாமல் விடப்பட்டனர். இப்பெருநாசம் உணர்ச்சிப்பூர்வமாகப் பார்க்கப்பட்டது; நினைவுச்சின்னமாக உருவாக்கப்பட்டது. இது, குறிப்பிடத்தக்க ஒன்று. உதாரணத்துக்கு, வாஷிங்டனில் முற்றிலும் பகட்டானதொரு அருங்காட்சியகம் அமைக்கப்பட்டுள்ளது. தாய்நாடாக அமெரிக்காவைக் கொண்டவர்களுக்கும் அடிமைகளாக இருந்த பல லட்சம் ஆப்பிரிக்கர்களுக்கும் அங்கே இடமில்லை. இன்னுமதிகமாக அங்கே, தற்கால அரசியல் நடவடிக்கைகளை நியாயப்படுத்த அப்பெரும் நாசத்தின் எச்ச அடையாளங்களை நூதனமாகப் பயன்படுத்திக் கொள்கின்றனர். வரலாற்றில் யூதர்கள் அனுபவித்தத் துன்பியலையும், நடைமுறையில் அமெரிக்க யூத இனம் பெற்றுவரும் வெற்றிகளையும் இணைத்துப்பார்க்கும் போக்கு விமரிசகர்களிடம் அதிகரித்துள்ளது. அதுபோல பெருஞ் சேதத்துக்கும் இஸ்ரேலுக்குமிடையில் ஒப்பீடுகள் செய்யப்

படுகின்றன. அவை பரஸ்பரம் ஒன்றுக்கொன்று வழிகாட்டி, தங்கள் கொள்கையை நிலைநாட்டிக் கொள்கின்றன. உறுதியாக, அங்கே போதுமான அளவில் வரலாறு மூடப்படாது திறந்தே கிடக்கின்றது. பொது நீரோட்டத்திலிருந்த ஜியோனிஸ இயக்கம் பாலஸ்தீனக் குடியேற்ற விவகாரத்தில் ஒட்டுமொத்த யூத மக்களை அகற்றுவதைக் காட்டிலும், அந்தநேரத்தில் தடுத்தாளும் போக்கைத்தான் கையாண்டது. இதுபோலத்தான் வலதுசாரி ஜியோனிஸம் — உதாரணத்துக்கு ஷமீர் — நாஜி காலத்தில் ஜெர்மானிய ஆதரவைக்கேட்டு நடந்து கொண்டது.

எல்லாம் எல்லாமாக இருந்தபோதிலும், பெரிய அளவில் கலப்பற்று 1933—க்கும் 1945—க்குமிடையில் நடந்த சம்பவங்களின் விளக்கங்களையும், புரிந்துகொள்ளல்களையும் பார்க்க வேண்டும். இந்தக்காலகட்டத்தில் வெளியான மேலும் ஒரு ஆய்வும், அதன் மிகைப்பும் ஒரு முடிவுக்கு நம்மை இட்டுச்செல்கின்றது. எந்தவொரு நேர்த்தியான மனித இனமாக இருந்தாலும் அது, பல லட்சம் அப்பாவிகளைக் கொல்லவே செய்யும். உண்மையில், பின்தொடரும் சந்ததி அது யூத இனமாக இருந்தாலும், யூத இனமாக இல்லாத வேறெந்த இனமாக இருந்தாலும் தொடரவே செய்யும். அந்தவகையில் நாம் டாம் சேகேவின் புத்தகமான, 'The Seventh Million'ப் பற்றிப் பேசலாம். இஸ்ரேல், யூதர்களுக்கு நாஜிக்களால் ஏற்பட்டப் பெரும்சேதத்தை சுயநலமாக அரசியல் காரணங்களுக்குப் பயன்படுத்திக் கொள்கின்றது என்கின்றது. சோக நினைவுகளின் ஒட்டுமொத்தச் சேகரிப்பும், பயத்தின் சுமைகளும் இன்றைய வல்லாண்மை யூத சமூகம் சந்திக்கும் அளவிலா இருக்கின்றது என்னும் சந்தேகம் எழுகின்றது. ஆமாம்.. மனிதகுல வரலாற்றில் பல்வேறு இடங்களில் ஒட்டுமொத்தப் படுகொலைகள் நிகழ்ந்தேயிருக்கின்றன. பூர்வீக அமெரிக்கர்கள், அர்மேனியர்கள், போஸ்னியர்கள், குர்துகள் உள்ளிட்ட இனமக்கள் வரலாறு படுகொலைகளைச் சந்தித்து வந்திருக்கின்றது. ஆமாம்... சில சம்பவங்கள் அதைச் செய்தவர்களால் போதுமான அளவில் ஒத்துக் கொள்ளப்பட்டிருக்கின்றன. சில சம்பவங்களுக்கு இழப்பீடும் அளிக்கப்பட்டுள்ளது. எனது கருத்தாக, நான் ஒன்றைச் சொல்கின்றேன். யாரையும் பேரச்சத்தில் ஆழ்த்த வேண்டாம். யூத மக்களைச் சிக்கவைக்கின்ற சிறப்பு முயற்சிகள் எதுவும் வேண்டாம். ஓர் அரேபியனாக, நான் கண்டறிந்த குறிப்பு இது. இந்த ஒட்டுமொத்த அனுபவங்களைப் புரிந்து கொண்டால், அதன்மூலம் ஒருவர் நல்லதொரு தகுதிபெற்றவராக ஆகிவிடலாம். இந்தப்புரிந்து கொள்ளல் ஒருமனிதனுக்கு,

மனிதநேயத்திற்கான உத்தரவாதத்தையும், இதுபோன்ற பேரிடர்களை மறக்கவும் விடாது. அதுபோல பேரிடர்களில் ஈடுபடவும் அனுமதிக்காது.

இதுபோன்ற ஒரு கருத்துரையை அரேபியக் கருத்தாளர்கள் வைக்கின்றார்கள். 1960களின் முற்பகுதியில் இஸ்ரேலைச் சேர்ந்த அடால்ப் ஈச்மனின் வழக்கில், நாஜி படுகொலைகளின் போது உருவாக்கிய அதேவகைப் பேரச்சத்தை ஏற்படுத்தினார்கள் என்கின்றார்கள். வலதுசாரி லெபனிய கருத்தாளர்கள் ஒட்டுமொத்த விஷயங்களும் அடிப்படையற்றப் பிரச்சாரம் என்கிறார்கள். ஆனால் அந்தநேரத்து அரேபியப் பத்திரிகை களெல்லாம் முக்கியமாக, எகிப்திலும் லெபினியப் பொதுநீரோட்டதிலும், அடால்ப் ஈச்மென்னின் விவகாரத்துக்கு முக்கியத்துவம் தந்து, போர்க்கால ஜெர்மனியின் நிகழ்வுகளைப் பிரசுரித்திருக்கின்றன. இன்னும் அந்தநேரத்தில் வெளியான டெக்ஸாஸ், ஹூஸ்டனிலுள்ள ரைஸ் பல்கலைக்கழகத்தில் ஆய்வுசெய்த லெபினிய இளம் வரலாற்றாசிரியர் டாக்டர். உசாமா மக்திசியின் ஆய்வுக்கட்டுரை மிக முக்கியமானது. அந்த கட்டுரை, வழக்கின் இறுதியில் ஜெர்மனியில் யூத இனமக்களுக்கு எதிராக என்னவெல்லாம் இழைக்கப்பட்டதோ அவை அத்தனையும் மனிதநேயத்துக்கு விரோதமானவை என்று அறுதியிடுகின்றது. ஒரு தேசத்தின் அதிகாரப்பூர்வமானக் குடிகளையும் வெளியேற்றி, அவற்றின் உடைமைகளை அபகரித்துக்கொண்ட இஸ்ரேலின் செயல்பாடுகளும் அதேவகைக் குற்றங்கள்தான் என்று அக்கட்டுரை பேசுகின்றது. டாக்டர் மக்திசி, தனது கண்டுபிடிப்பாக, 'பாலஸ்தீனப் பேரழிவுடன் எதையும் ஒப்பிடமுடியாது. இஸ்ரேல், ஜெர்மனி இரண்டுமே கடும்கொடியக் குற்றங்களை இழைத்ததற்குப் போதுமான ஆதாரங்கள் இருக்கின்றன' என்று கூறுகின்றார். அடால்ப் ஈச்மென்னின் வழக்கு, ஒருவகையில் அரேபியத் தரப்புக்கு சாதகமான அம்சங்களைத் தந்திருக்கின்றது என்றே நான் கருதுகின்றேன். 1960களில் இஸ்ரேலால் காய்ப்பேறிப்போன அரேபியர்களுக்குள் நடந்த மனரீதியானப் போராட்டத்துக்கு அது உந்துதலாக இருந்திருக்கும். குறிப்பாக, அரேபியர்களுக்கு வரலாற்று அறிமுகமாகவும், விரிவான அனுபவங்களாகவும் இருந்திருக்கும்.

இப்போதும் இங்கும்அங்குமான ஒருசில யூத அறிவுஜீவிகளைத் தவிர — உதாரணத்துக்கு அமெரிக்காவின் ராப்பி மார்க் எல்லிஸ் அல்லது பேராசிரியர் இஸ்ரேல் ஷாஹாக் — யூத சிந்தனையாளர்களால் செமித்திக்

இனவெறுப்பு, யூத ஒற்றுமை போதுமான அளவில் இல்லை என்று பிரதிபலிக்கப்படுகின்றது. இதற்கான ஒரு இணைப்பு இரண்டாம் உலகப்போரின்போது யூத இனத்துக்கு என்ன நிகழ்ந்தது என்பதற்கும், பாலஸ்தீன மக்களுக்கு ஏற்படுத்தியப் பேரழிவுக்கும் இடையில் நெய்யப்படுகின்றது. ஆனால் இதை வெறும் பேச்சுவழக்கால், சொல்லாட்சித் திறத்தால் மட்டுமே உருவாக்கிவிட முடியாது. அல்லது பேரழிவு மற்றும் 1948ஆம் ஆண்டில் நடந்த இரண்டு உண்மை சம்பவங்களை அழித்தோவும், குறைத்தோவும் விவாதமாகக் கொள்ள முடியாது. இரண்டுமே சமமானது, அல்ல. அதுபோலவே, இருதரப்பிலும் எத்தரப்புமே மற்றதை மன்னிக்கவும் செய்யாது. துயரங்களும், அநீதியும் ஒவ்வொரு தரப்பிலும் போதுமான அளவுக்கு இருக்கின்றது. யூத இன அழிப்பை, இதனுடன் தொடர்புபடுத்தாமல் பார்த்தோமானால், பாலஸ்தீனப் பேரழிவு நேரடியாக நடத்தப்பட்டது. அதை நாம் 'தேவை' என்றே அழைக்கலாம். —அதுதான் உண்மையும்கூட. வேறுவேறாக உள்ள இரண்டு சமூகங்களையும் இணைத்துப்பார்க்க முடியாது. அதேவேளையில் இருதுயரங்களையும் கணக்கில் கொள்ளாமல் புறக்கணித்துவிடவும் முடியாது. இது ஒஸ்லோ தீர்மானத்தின் தோல்வி. பிரிவினை என்றசொல், நோய்ப்படுக்கைத் தொடர்புடைய சொல்லாக்கப்பட்டுவிட்டது. அது, மனிதமனங்களைப் பிரித்துவிட்டது. ஆனால், சமமின்மை என்பது முடிவற்றப் பிரச்சனைகளை, முன்னும்பின்னுமான வன்முறையை, மனிதமற்றச் செயல்களை உலகளாவிய அளவில் ஏற்றுக்கொள்கின்றது. அதேவேளையில் மற்ற அனுபவமான ஒருங்கிணைப்பு என்பதே, மற்றவர்களின் அனுபவமாகப் பொதுவாழ்வில் இணைந்து செயல்படும் திட்டமாகத் துவங்குகின்றது.

என்னால் எந்தவகையிலும் இஸ்ரேலிய யூதர்கள், பேரழிவின் நிரந்தர முடிவுகளை அறுதியிட்டுச் சொல்லும் உண்மைகளுடன் (அ) கற்பனையாகக்கூட இணைந்துபோக முடியவில்லை. (ஆ) 1948க்குப் பின்பு, பாலஸ்தீனியர்களுக்கு அவர்கள் இழைத்தக்கொடுமைகளுக்கு அவர்களிடமிருந்து எந்தவொரு ஒப்புகையும் தேவையில்லை. அதாவது, பாலஸ்தீனியர்களாகிய நாங்கள் சமமானக் கருதுதலையும், இழப்புகளுக்கானச் செப்பனீடுகளையும் அவர்களின் சொந்த வரலாற்றுத் துயரங்களையும், படுகொலைகளையும் எந்தவகையிலும் குறைக்காமல் செய்வதைத்தான் எதிர்பார்க்கின்றோம். அதுமட்டுமே பரஸ்பர அங்கீகாரமாக இருக்க முடியும். மதிப்பானதும்கூட. ஆனால் உண்மையென்பது, தற்போதைய

அரசாங்கங்களும் அதன் தலைவர்களும், அதைச் செய்வதற்கான எண்ணமில்லாதவர்கள். அவர்கள் வளமையின் மெய்க்கருத்துக்குச் சான்றாக இருப்பவர்கள். அவர்களின் போலி எண்ணங்கள் எங்களைக் காயப்படுத்தியிருக்கின்றது. வரலாற்று பாலஸ்தீனத்துக்கு வெளியே வள ஆக்கம் தேடுகின்ற யூதர்களாலும் பாலஸ்தீனியர்களாலும் அதன் பங்களிப்பைச் செய்யமுடியும். அதேவேளையில், தினம்தினம் நடந்துவரும் ஆக்கிரமிப்புகளுக்கு இடையிலும், எதிர்கொள்ளும் வாதஞ்சார்ந்த நிலையிலும் வரலாற்று பாலஸ்தீனத்துக்குள் இதைச் செயலாற்ற முடியாது. இந்த உரையாடலைக்கூட ஒரு மட்டம் வரையில்தான் இங்கே ஆலோசனை செய்யமுடிகின்றது. அரசியல் வியூகங்களையும் நுட்பங்களையும் இங்கே அர்த்தமற்ற கேள்விகளாக்க முடியாது. யூதத் தத்துவங்களை யாரொருவர் பூபரிலிருந்து லெவினாஸ் வரையில் விரிந்த அளவில் பரிசீலிக்கின்றாரோ, அவரால் மட்டுமே பாலஸ்தீன விவகாரத்தில் எந்த அளவுக்கு நாட்டமின்மையைக் காட்டியிருக்கின்றார்கள் என்னும் பிரதிபலிப்பை அறிந்துகொண்டு, அதை எவ்வளவு தொலைவுக்குக் கொண்டு செல்லமுடியும் என்று உணரமுடியும்.

விரும்பப்படும் சகவாழ்வுக்கானக் கருத்தமைவுக்கு, யூதர்களுக்கும் பாலஸ்தீனியர்களுக்குமிடையில் பல்வேறு கருத்து வேறுபாடுகள் நிலவவே செய்கின்றன. அதற்கு, பல்வேறு போராட்டங்கள் பொது வரலாறாகவும், வாழ்தலுக்கான சமவுரிமையின்மை அதனை வேறுபடுத்தும் புள்ளிகளாகவும் இருக்கின்றன. அங்கே, அதுகுறித்த ஆலோசனைகளையும் உரையாடல்களையும்தவிர, வேறெந்த உயர்ந்தபட்ச நன்னடத்தை நெறிகளும், அறநெறியுடன்கூடிய கேள்விகளும் இருப்பதற்கான வாய்ப்புகளில்லை. யூத மக்கள் சந்தித்த அனைத்துவிதமான பயங்கரங்களையும், அச்சங்களையும் நாம் ஏற்றுக்கொள்ள வேண்டும். அதேவேளையில், நமது அனுபவங்களுக்கும் அங்கே, போதுமான கவனம் தரப்படக் கோரவேண்டும். அல்லது அநேகமாக, வேறொரு வரலாற்றுத் தளத்துக்கு அதை நடத்திச் செல்லவேண்டும். யார்தான் ஒட்டுமொத்த மாக நிர்மூலமாக்குதலையும், உடமைப்பறித்தலையும் சமப்படுத்த விரும்புவார்கள்? அப்படி முயல்வதுகூட மூடத்தனமாகவே இருக்கமுடியும். ஆனால் அவர்கள், பாலஸ்தீனப் போராட்டத்தால் இணைந்து போகாத அளவிலும், எந்த வகையிலும் ஒத்துவராத நிலையிலும் பிணைக்கப்பட்டவர்கள். எனக்குத் தெரியும்

பாலஸ்தீனிய நிலம் இன்னும் எடுக்கப்பட்டுக்கொண்டே இருக்கின்றது. எங்கள் வீடுகள் இடிக்கப்பட்டபோதும், எங்கள் அன்றாடப்பிழைப்பு அவமதிப்புக்குள்ளான போதும், இஸ்ரேலால் நாங்கள் சிறைப்பட்டநிலை உருவானபோதும், ஐரோப்பாவிலுள்ள பல ஆதரவாளர்களும் குறிப்பாக, அமெரிக்க ஐக்கிய நாடுகளும் அந்த நாட்டையும் அதன் செயல்பாடுகளையும் ஆதரித்து நின்றன. எனக்குத் தெரியும், யூதர்களின் முந்தையச் சோதனைகளைப் பேசுவதில் ஒருவகை மதிப்பின்மையே தெரியும். எங்கள் பூமியை எடுத்துக்கொண்டு அதில் யூத வரலாற்றை எழுத முயற்சிக்கும் இரட்சிப்பை, நான் ஒருபோதும் ஏற்கமாட்டேன். ஆட்சேபணையின்றி, ஒட்டுமொத்த பாலஸ்தீன மக்களின் உடைமைகளை அபகரித்துக் கொண்டதை எப்போதும் ஒத்துக்கொள்ளமுடியாது. அதேவேளையில், பேரழிவில் பலி, துன்பங்களால் பாதிக்கப்பட்டவர்களின் துயரங்களை நான் ஒத்துக்கொள்கின்றேன். அந்தத்துயரங்கள்தான் இன்று, பாலஸ்தீனத்தில் யூதர்களை தேசிய இனமாகப் பதியம் செய்கின்றது. நாஜிக்களால், ஐரோப்பாவில் யூதர் களுக்கு என்ன நேர்ந்ததோ அதை, கடுந்துயர நேரங்களில் பொதுவாக என்ன நடக்குமோ அதுதான் நடந்தது என்று புரிந்துகொள்ள வேண்டும். அதாவது பரிவு, மனித இரக்கம் என்பது, மக்களை இனம், மதம், அல்லது தேசியக் காரணங் களுக்காகக் கொன்றொழித்த பின்பு முழுமையாக மீளப்பெறுவது.

சூழ்நிலை, பரிவு மற்றும் இரக்கம் போன்ற வரையறைகளுடன் நான் இணையவில்லை. ஒருபக்கத்தில் அவர்கள், தங்கள் சுயநலத்தை மட்டுமே பார்க்கிறார்கள். அரசியல் முன்னெடுப் புகள் எதுவும் அதிலில்லை. இஸ்ரேலியர்களுக்கு இருக்கும் விழிப்புநிலைபோல, இன்னும் சமமான விழிப்புநிலை முன்னெடுப்பு, விருப்பநிலையாக அரேபியர்கள் பக்கத்தில் இல்லை. நமது வரலாற்றை இல்லாமலாக்கும் இஸ்ரேலின் மையக்கருத்துக்கு, எல்லாவகையிலும் அதன் ஆதரவாளர்கள் பாதுகாப்பாக இருக்கின்றனர். இது, அவமானமானதும் வெட்கக்கேடானதுமாகும். இதை மறந்துவிட்டு இரண்டும் தனித்தனி நாடுகளாகப் போகட்டும் என்று எளிதாகச் சொல்வதை ஏற்கமுடியாது. யூதர்களை தேசிய இனமாக்க முயற்சிக்கும் தாராளவாதிகளின் பேச்சாக இருக்கின்றது. இது, பேரழிவின்போது யூதர்களுக்கு நேர்ந்ததைக் காட்டிலும் அதிகமாக அவமதிக்கும் செயல். அப்படியே அது, பாலஸ்தீனியர்களின் இழப்பு, யூதர்களின் கைகளில் தொடரச்செய்யும் யுக்தியும்கூட. யூதர் களுக்கும்

பாலஸ்தீனியர்களுக்குமான அனுபவங்கள் வரலாற்று ரீதியிலானது. உண்மையிலேயே, கூட்டிணைப்பியல் சார்ந்தது. அவர்களைத் தனித் தனியாக ஆக்குவது, நிலைநிறுத்தப்பட்ட நம்பகத்தன்மையைப் பொய்யாக்குவதாகும். நாம் நமது வரலாறுகளை அது எத்தனை வேறுபாடுகளைக் கொண்டது என்று ஒருங்கிணைத்துப் பார்க்க வேண்டும். அந்த வகையில் ஒரு பொது எதிர்காலத்தை நிறுவவேண்டும். அந்த எதிர் காலம், யூதர்களையும் பாலஸ்தீனியர்களையும் உள்ளடக்கியதாக, தத்துவரீதியிலோ அல்லது அரசியல் ரீதியிலோ எந்தவொரு புறந்தள்ளலும் இல்லாமல், சுதந்திரமாக இருக்க வேண்டும். அதுதான் உண்மையான சவால். மற்றதெல்லாம் மிகவும் எளிதுதான்.